D1680120

சந்தியா
பதிப்பகம்

வண்ணதாசன் என்கிற கல்யாண சுந்தரம் பிரிட்டிஷ் இந்தியாவில் 22.08.1946இல் பிறந்தவர். பொதுவுடைமைக் கட்சியின் இதழாகிய 'தாமரை'யின் தொடக்ககால ஆசிரியர் தி.க. சிவசங்கரனின் மகன். திருநெல்வேலியில் 21E சுடலைமாடன் தெரு இவரது ஜென்ம பூமி. இதே தெருவின் எண் 28இல் இளம் பருவத் தோழனாய் இருந்தவர் கலாப்ரியா. கலாப்ரியாவுக்கு இவர் கல்யாணி அண்ணன். இன்றுவரை இலக்கியத்தில் தனக்கு முன்னோடியாக வழி காட்டியாக 'கல்யாணி அண்ணனைத் தான் சொல்லிக் கொண்டிருக்கிறார். வண்ணநிலவனும் விக்ரமாதித்யனும் சமகால எழுத்தாளர்கள்; தோழர்கள்; ஊர்க்காரர்கள். தமிழ்ச் சிறுகதை உலகில் 50 ஆண்டுகள் நிறைவு செய்த பின்னும் தளர்வின்றித் தடம் பதித்து வரும் வண்ணதாசன் தனது கவிதைகளுக்கு 'கல்யாண்ஜி' என்ற புனைப்பெயரைத் தழுவிக்கொள்கிறார். 36 வருடங்கள் வங்கியில் பணிபுரிந்தாார். வங்கி வாழ்க்கை எவ்விதத்திலும் அவரது இயல்பு வாழ்க்கைக்கு எதிராக இருந்ததில்லை என்பதை அவரது படைப்புகள் நிரூபண சான்றாவணங்களாக மெய்ப்பிக்கின்றன. பணி இட மாற்றங்களின் பொருட்டு நகர்ந்து சென்ற இடங்களில் காணும் மனிதர்களே வாழ்க்கை சார்ந்த தேடலின் பாடமாகவும் பாடபேதங்களாகவும் இருந்துள்ளனர்.

'நான் பயணித்த தூரம் குறைவு, பார்த்த இடங்கள் குறைவு' என்று நேர்ப்பேச்சுகளில் இவர் கூறி வந்தாலும் எதிர்ப்படும் மனித முகங்கள் ஒவ்வொன்றும் இவருக்கு ஒவ்வொரு உலகத்தை விட்டுச் செல்கின்றன. அந்த ஒவ்வொரு உலகத்தின் பெருமூச்சும்

பெருவியப்பும் இவருக்கு அனுபவங்களாகின்றன. மனித உணர்வுகளின் நோக்கை நுண்ணுணர்வைக் கண்டு சொல்கிற விந்தைக் கலைஞன் வண்ணதாசன் என்றால் அவற்றை அவர் பதிவு செய்யும் மொழியோ பிசிறற்றது; அசலானது. நம்மைப் பின்னிப் பிணைக்கும் வாய்மை நிறைந்த மாய வலை அது.

இதில் சிக்குண்டோர் பலர். அவர்களுக்குள்ளும் அன்பு விளியாக இவரை 'ஆசான்' என்று அழைக்கிறார் கவிஞர் சாம்ராஜ். 'அப்பா' என்றழைக்கிறார்கள் கவிஞர் இசையும் கவிஞர் வெண்ணிலாவும். ஆரவாரமற்ற உடல்மொழியும் மொழிநடையும் கொண்ட வண்ணதாசனின் மண்டலம் மென்னிழைகளாலும் மென்மொழியாலும் கட்டப்பட்டிருந்தாலும் அதில் உட்பொதிந்திருக்கும் வீர்யத்தையும் கனலையும் ஆவேசத்தையும் கண்டுணர்ந்து வெளிப்படுத்தி எழுதியவர் தமிழ்ச்செல்வன். 'வாழ்க்கைக்கென்ன அது பாட்டுக்கு என்னென்னவோ சொல்கிறது. வாழ்க்கை மாதிரி அலுக்காத கதை சொல்லி கிடையவே கிடையாது' என்று பேசுகிற வண்ணதாசனின் கதைகளும் கவிதைகளும் கடிதங்களும் மனித வாழ்க்கையையும் அதன் அனைத்து சாத்தியப்பாடுகளையும் நமக்கு வாரி வழங்கிக் கொண்டிருக்கின்றன. 'தானாக நிகழ்வதுதான் தரிசனம்' என்கிற லா.ச.ராவின் வரிகள் வண்ணதாசனின் வாழ்வுக்கும் அவரை வந்தடைகிற வாசகர்களுக்கும் முற்றிலும் பொருந்தும் எனச் சொல்லத் தோன்றுகிறது.

சந்தியா நடராஜன்

பெய்தலும் ஒய்தலும்

வண்ணதாசன்

சந்தியா பதிப்பகம்
சென்னை - 83

பெய்தலும் ஓய்தலும்
© வண்ணதாசன்

முதற்பதிப்பு: 2007 ı இரண்டாம் பதிப்பு: 2019

அளவு: டெமி ı தாள்: 60 gsm ı பக்கம் 136
அச்சு அளவு: 11 புள்ளி ı விலை ரூ. 165/-
அச்சாக்கம்: அருணா எண்டர்பிரைஸஸ்,
சென்னை - 40.

சந்தியா பதிப்பகம்
புதிய எண்: 77, 53வது தெரு,
அசோக் நகர், சென்னை - 83.
தொலைப்பேசி: 9841191397.

ISBN: 978-93-87499-66-9

PEITHALUM OAITHALUM

© Vannadasan

Printed at Aruna Enterprises.,
Chennai - 40.

Published by
Sandhya Publications
New No. 77, 53rd Street, 9th Avenue, Ashok Nagar,
Chennai - 600 083. Tamilnadu.
Ph: 044 - 24896979

Price Rs. 165/-

sandhyapathippagam@gmail.com
sandhyapublications@yahoo.com

www.sandhyapublications.com

SAN-321

திரு. நஞ்சப்பன், திருமதி. புவனா
ஜான்சி ஆகிய 'வைகறை'
குடும்பத்தினர்க்கு அன்புடன்

முன்னுரை

இதுகூட நன்றாகத்தான் இருக்கிறது.

ஒரு தொகுப்பை அச்சுக்குக் கொடுத்துவிட்டு அதில் சேர்க்கப் பட வேண்டிய கதையை எழுதுவதற்குப் பேனாவைத் திறப்பது.

புதுமைப்பித்தன் 99 சிறுகதைகள் எழுதியிருப்பதாக ஒரு கணக்குச் சொல்வார்கள். புதுமைப்பித்தனுக்குப் பின்னால் வந்தவர்கள் எல்லாம், அவன் எழுதாமல் போன அந்த நூறாவது கதையை எழுதிவிடத்தான் முயன்று கொண்டு இருப்பது போல் எனக்குத் தோன்றுகிறது.

சந்துரு புதுமைப்பித்தன் சிலையைச் செய்து அதற்குப் பக்கத்தில் கொஞ்சம் களிமண்ணையும் பார்வையாளர்களுக்காக விட்டு வைத்திருந்தார். அவரவர் வரித்திருக்கிற புதுமைப்பித்தன் சாயலை, அவரவர் விரும்புகிற புதுமைப்பித்தனின் கலாரூபத்தை கொஞ்சம் முயன்றால் அவர்களே அந்தச் சிலையில் தருவித்துக் கொள்ளலாம். ஈரமாக இருக்கிறவரை ஒரு சிலையை வெவ்வேறு சிலைகளாக ஆக்கிக் கொண்டே போகிற சுதந்திரம் விரல்களுக்கும் களிமண்ணுக்கும் இடையில் எப்போதும் இருக்கிறது. அந்த நூறாவது கதையை வெவ்வேறு கதைகளாக ஆக்கிக்கொண்டு போவதற்கும் இந்த ஈரக்களிமண்ணின் தேவை இருக்கவே செய்கிறது.

ஏதோ ஒரு வகையில் வாழ்க்கை ஈரமாகத்தான் இருக்கிறது. இன்று ஈரம் அற்றது எனத் தெரிவது எல்லாம் எப்போதோ ஈரத்துடன் இருந்தவை, இடையில் ஈரம் உலர்ந்தவை, இனியொரு நாள் மீண்டும்

ஈரமாக இருக்கச் சித்தமானவைதான் இல்லையா. இந்த ஈரம் மழையினுடையதா, நதியினுடையதா, வியர்வையினுடையதா, கண்ணீரினுடையதா, ரத்தத்தினுடையதா? வாழ்வின் எந்தத் திரவ நிலையைத் தொட்டுத் தொட்டு நாம் எழுதிக் கொண்டு போகிறோம்.

பாலைவன மணலில் புதுமைப்பித்தன் முகத்தைச் செய்ய முடிகிறவர்கள் இல்லாமலா போவார்கள்? மணலின் ஒரு பரலையும் அடுத்த பரலையும் ஒட்ட வைக்கிற பிசுபிசுப்பு ஒன்றை இயற்கை ஈச்சமர நிழலில் வைத்திருக்கும் என்றே நம்பலாம்.

'கிருஷ்ணன் வைத்த வீடு' இதற்கு முந்திய தொகுப்பு.

அது வெளிவந்து ஆறு வருடங்கள் ஆயிற்று. இந்த ஆறு வருடங்களில் எழுதிய கதைகளே இந்தத் தொகுப்பில் இருக்கின்றன. இவ்வளவு கதைகளை மட்டும் எழுதும் படியாகத்தான் வாழ்க்கை இருக்கிறது. இவ்வளவு கதைகளை மட்டுமே எழுதத்தான் வாழ்க்கை அனுமதித்திருக்கிறது என்றுகூடச் சொல்லலாம்.

'நரைகூடிக் கிழப் பருவம் எய்துகையில்' வாழ்க்கை சற்று ஓரமாகப் போகச் சொல்கிறது. இதுவரை சென்றும் செலுத்தியும் கொண்டிருந்த வேகவாகனங்களை விட்டுவிட்டு சற்று நடந்து போ எனப் பாதுகாப்பை வலியுறுத்துகிறது. பாதுகாப்பை நாம் விரும்புகிறோமோ இல்லையோ, பாதுகாப்பு விதிகளை அனுசரிக்க நிர்ப்பந்திக்கப்படுகிறோம். குற்றம் சொல்ல ஒன்றுமில்லை. போக்கு வரத்து அப்படி. இலக்கியப் போக்குவரத்தும் சேர்த்துத்தான். வாகனங்களின் உந்து சக்தித் திறன் உலகத்தரத்துச் சாலைகளைக் கணக்கில் எடுக்கப்பட்டுத் தீர்மானிக்கப்படுகிறது.

இது நடைபாதை என்பதால், அல்லது இது நடைப்பயிற்சி நேரம் என்பதால், உடன் வருகிறவர்களும் எதிர்வருகிறவர்களும் கூடப் பெரும்பாலும் நம்மைப் போன்றே இருக்கிறார்கள்.

இதுவரையிலும் நம்மிடம் வந்து சேர்ந்து கொண்டிருந்த, நாம் சென்றடைந்து கொண்டிருந்த விதம் விதமான வாழ்க்கையின் குரல்கள் இப்போது விலகிவிட்டன. பறவைகள் அடைகிற நேரத்தின் கெச்சட்டம் அற்ற அரசமரங்கள் கோடரி விழக் காத்திருக்கின்றன. வீட்டை விட்டுக் கிளம்புவதற்கு முன்பு பார்த்துக்கொண்டே போன பக்கத்து வீட்டுக் கூண்டுப் பறவையைத்தான் திரும்பிவரும் போதும் பார்க்க வேண்டியதிருக்கிறது. அவலும் வெல்லமும் தொலைந்துவிட்டன. அறுப்பு ரொட்டிகள் மட்டுமே பொட்டல மாகக் காத்திருக்கிறது மேஜையில். 'மாலைப் பொழுதின் மயக்கத்திலே நான் கனவு கண்டேன் தோழி' என்ற பாட்டுத் துவங்கும்போது அவசரமாக எழுந்து

வருகிறோம். உட்கார்ந்து கேட்பதற்குள் சேனல் மாறி விடுகிறது. அந்தப் பாடலில் வருகிற ஜெமினி கணேசன், ஈ.வி. சரோஜா, சௌகார் ஜானகி மட்டுமல்ல, அந்தப் பாடலின் தூண்டுதலில் கிளறப்படுகிற ஞாபகத்தில் பிரம்மராஜனின் பர்ன் வ்யூ வீடும் ராஜலட்சுமியும் பாபுவும் சுகுமாரனும் கூடத் துண்டிக்கப்பட்டு விடுகிறார்கள்.

மரியாதையாகப் புன்னகைக்கிறார்கள்; மரியாதையாக வணக்கம் சொல்கிறார்கள்; மரியாதையாக விலகிப் போய்விடுகிறார்கள். மரியாதையின் நான்கு பக்க அலைகளுக்குள் நமக்குத் தீவாந்திரம். நீச்சல் கூடத் தெரியாது. அப்புறம் எதிர்நீச்சலுக்கு எங்கே போக?

எல்லோரையும் பிடுங்கி நட்டாயிற்று. கி.ரா, சா. கந்தசாமி, பிரபஞ்சன், வண்ணநிலவன், பா. செயப்பிரகாசம், நாஞ்சில் நாடன் எல்லோர்க்கும் பிறந்த ஊர் ஒன்று. இருக்கிற ஊர் ஒன்று. பூமணி, நான் எல்லாம் கிட்டத்தட்ட அதே ஊரில் இருக்கிறோம். அதே வீட்டில் அல்ல. இது பஞ்சம் பிழைக்க ஊர்விட்டு ஊர் போவதையும் விடக் கொடுமை.

முப்பத்து நான்கு வருடங்கள் பிறந்து வளர்ந்த வீடு, மத்தியானம் சாப்பிட்டுவிட்டுக் கழுவப் போட்டிருக்கிற எச்சில் தட்டு மாதிரிப் புறவாசலில் கிடக்கிறது. சுடலைமாடன் கோவில் தெருவைக் காலம் நிறுத்தி நிதானமாக, பசுமாடு பச்சைவாழைத் தழையைத் தின்பது போலத் தின்றுஅசைபோட, பூர்வீக வீடு மழையில் குளித்து வெயிலில் தலைதுவட்டிக் கொண்டிருக்கிறது. என்றைக்காவது போய் 'ராத் தங்கினால்' முந்திய தலைமுறை களின் குரல்கள் தளச்செங்கல்லின் வரிவாளங்களுக்கு இடையில் இருந்து கேட்கின்றன. தெருவில் அங்கங்கே எஞ்சியிருக்கிற தலைமுறையோ, பந்தல் சரிந்துவிடாமல் பந்தல்காலைப் பிடித்துக் கொண்டு நிற்கிறார்கள். குறுக்கு மறுக்காக நிறுத்தப்பட்டிருக்கிற பலசக்கர வாகனங்களுக்கு இடையில் நுழைந்து பரமபதம் விளையாடி, பாம்பு கொத்தாமல் பஜாருக்கு வந்து பஸ் பிடிப்பதற்குள் சிரமப்பட்டு விடுகிறது.

கொள்ளி வைத்த வகைக்கு ஆச்சிதாலியை அழித்து மோதிரம் செய்து போட்டாயிற்று. சருவச் சட்டி, குத்துப் போணி, குடம், தண்ணீர்க் கொப்பரை, செப்பானை, செம்பு எல்லாம் ஆண்டி நாடார் கடையில் பழைய விலைக்குப் போய்விட்டது. இனிமேல் 'அழிச்சுப் பண்ண' எந்த நினைவுகளும் இல்லை. நினைவுகளில் சுரங்கம் தோண்டி எவ்வளவு எடுக்கமுடியும் இன்னும். மேற்கொண்டு எங்கே தோண்ட?

யாரும் வாய்விட்டுப் பேசுவதில்லை.

இத்தனைக்கும் இப்போது இருக்கிற அடுக்கக வீடுகளுக்கு நான்கு பக்கங்களும் பொதுச் சுவர்தான். பத்திரம் எழுதுகிற போது தபசிலில் இருக்கிற எல்லைகளைப் பார்த்தால் வேதாந்தமாகச் சிரித்துக் கொள்ளலாம். எதுவும் யாருக்கும் சொந்தமில்லை. செங்கல் சுவர் சொந்தமில்லை என்பதால் தங்களை வைத்தே சுவர்கள் வளர்த்துக் கொள்கிறார்கள். முறுக்குக் கம்பிகள் வைத்துக் கட்டப்பட்ட வீட்டின் மனிதர்கள் வேறு எப்படி இருக்க முடியும். முறுக்காகவே இருக்கிறார்கள். நல்லது கெட்டது, சண்டை சமாதானம் எதுவும் வெளியே தெரியாது.

விவாகரத்து ஆனாலும், கொலை பண்ணினாலும் சத்தம் இல்லாமல். ஆனால் கேட்கிற பாடல்கள் மட்டும் கூச்சலாக, கூப்பாடாக. கைமாற்று வாங்கக்கூட இப்போது பக்கத்து ஆட்கள் தேவை யில்லை. கூப்பிட்டுக் கடன் கொடுக்கிற வங்கிகள் இருக்கின்றன. வீட்டுக்குள் முதலை நடமாடுகிற விளம்பரப் படங்களை மனம் ஒத்துக்கொள்ள ஆரம்பித்து விட்டதில் ஆச்சரியமில்லை.

ஜனனம் மருத்துவமனையில், தகனம் மின்மயானத்தில். உப்புப்புளி மிளகாய்க்குப் பேரங்காடிகள். முறுக்கு, தட்டை, சீடை வகைக்கு வீட்டு உபயோகப் பொருட்கள் கடை. நாகரீகச் சொல்லால் 'ஹோம் நீட்ஸ்.' நமக்கு நாகரீகம்தானே வேண்டும். கருவேப்பிலை, கொத்துமல்லி, கீரைகூடக் குளிர்பதனக் கடைகளில் பேரமும் தொலைந்து, பேரம் பேசுகிற மனிதர்களும் காணாமல் போய்விட்டார்கள். செய்தித்தாள், பால் எல்லாவற்றையும் வீசிவிட்டுப் போய் விடுகிறார்கள். பதிலுக்கு இவர்களும் உபயோகித்துவிட்டுத் தூக்கி எறிந்து விடுகிறார்கள், மனிதர்களை உட்பட. நசுங்கிய காலியாக்கப் பட்ட பற்பசைக் குழாய்களைப் போலாகிவிட்டன வயதானவர்களின் முகங்கள்.

ஒரு மனிதரும் இன்னொரு மனிதரும் முகம் பார்த்துப் பேசுவது குறைவு. பேச்சுக் குறையக் குறைய மொழி அழிகிறது. அழிகிற மொழியின், அழிகிற வாழ்வின் எச்சத்துடன் பதற்றம் நிரம்பிய முகங்களின் கதைகளை பதற்றம் நிரம்பிய மனத்துடன் சொல்ல வேண்டியதாகிறது.

ஒரு நசுக்கப்பட்ட புழு, ஒரு குதிரையின் புலம்பல், சாய்ந்த வனம், எரிக்கப்பட்ட நூலகம், புதைந்துபோன இசைக்கருவிகள், வன்புணரப் பட்ட யோனிகள், கலவரங்களில் வேட்டையாடப்பட்டவர், குளிர்பான பாட்டில்களுக்குள் அடைக்கப்படுகிற நதிகள், நம்முடைய தோள் அளவுகள் இடுப்பு அளவுகள் அற்றுத் தைக்கப்படுகிற உடைகள், கடவுச் சீட்டுக்களுக்காகச் சுருக்கப்படுகிற பெயர்களில் தொலைந்து

போகிற முன்னோர், காகிதத் தட்டுக்களில் பரிமாறப்படுகிற சக்கை உணவுகள், யாரோ முன்தீர்மானிக்கிற நமது அன்றாடத்தின் நிகழ்ச்சி நிரல்கள், சுவடற்று அழிக்கப்படுகிற பண்பாட்டு அடையாளங்கள், கழுகுகள் வட்டமிடத் துவங்கிவிட்ட கழுவேற்றப்பட்டு வெகு நாட்களான மொழி... இப்படியாகவே ஆன வழியில், தென்படுகிற கல்மண்டபங்களும் சில வற்றாத நதிகளும் தற்காலிக ஆசுவாசம் அளிக்கின்றன.

நதியும் மணலற்றுப் போய்க் கொண்டிருக்கிறது. இதுவரை அது தன் நீர்மையை மணலால் உச்சரித்துக் கொண்டுவந்தது. அள்ளப்பட்ட மணல், கலக்கிற சாயக் கழிவுகளில் மீன்கள் மூச்சுத் திணறுகின்றன. நீந்துகிற மீன்களையல்ல, அதிகாலையில் இறந்து ஒதுங்கியிருக்கிற மீன்களைப் பற்றியே இந்த தினத்துக் கவிதை இருக்க முடியும்.

இன்னும் வாழ்வின் வரைபடத்தில் இருந்து அப்புறப்படுத்தப் படாத சில கிராமங்கள் இருக்கின்றன. அங்கிருக்கிற வாழ்வுடன் அல்லது இருந்த வாழ்வின் பால்யகால நினைவுகளுடன் ஒரு கடைசிச் சந்ததி ஓவியம் வரைகிறது, கதை கவிதை எழுதுகிறது, இசைக்கிறது, திரைப்படம் இயக்குகிறது. இந்தப் பத்தாண்டுகளில் நம்மிடம் வந்து சேர்ந்திருக்கும் உச்சமானவை அவர்களிடமிருந்து வந்தவையே. அவர்கள் நகர்மயமாகிறபோது அவர்களின் கலைகளும் நகர் மயமாவது தவிர்க்கமுடியாதது.

நகரம் ஈவிரக்கம் அற்றது. அது தனிப்பட்ட அடையாளங்களை முற்றிலும் அழிப்பது. நாமாவது கண்ணாடித் தொட்டியில் மீன் வளர்ப்போம். டிஸ்கவரி, அனிமல் கிங்டம் அல்லது நேஷனல் ஜியாக்ரஃபி என்று ஏதாவது அயல்தேச யானைகளை, வரிக் குதிரைகளை, சிங்கக் குடும்பத்தை, அயல்தேச ராஜநாகங்களைப் பார்த்துக்கொண்டு இருப்போம். எதிர்காலம் கேலிச்சித்திரங் களாக மட்டும். ஜெட்டிக்ஸ்களாக போகோக்களாக மட்டும். முன்பதிவு செய்யப்பட்ட சிரிப்பும் கைதட்டலும் பொருத்தமாக வீசப்படுகிற அபத்தமான நகைச்சுவைக் காட்சிகளாக மட்டும்.

இந்த அபத்தங்களின் முன்னறிவிப்புக்களை எல்லாம் தாண்டி மழைபெய்து கொண்டிருக்கிறது. ஐப்பசி கார்த்திகை அடைமழை தவிர, காற்றழுத்தத் தாழ்வு மண்டலங்களின் நகர்வுகளால் உண்டாகிற மழை. மூன்று நாட்களின் தொடர் மழைக்குப் பிறகு இன்றுதான் ஓயத் துவங்குகிறது.

எனக்கு ஓய்ந்து போகச் சம்மதமில்லை.

இனிமேல் அரிதாரம் கிடையாது என்று படுதாக்களை நிரந்தரமாகக் கீழே இறக்கிவிட மனமில்லை. ஏற்கனவே சொல்லப் பட்டதுபோல, இதுவோ கலைக்க முடியாத ஒப்பனை. குலசேகரப் பட்டினம் தசராவுக்குப் போகிறது மாதிரிக் கடைசி வரை ஏதாவது ஒரு வேஷத்தைப் போட்டு நேர்த்திக்கடனைச் செலுத்திக் கொண்டே தான் இருக்க வேண்டும்.

புதிய புதிய நேர்த்திக் கடன்கள். ஆனால் ஏற்கனவே போட்டுக் கொண்டிருக்கிற வேஷங்கள். ஒரே வேடத்தைத் திரும்பத் திரும்பப் போட, வேடத்தின் அடர்த்தி கூடுமா குறையுமா தெரியவில்லை. அது, வேஷம் கட்டுகிறவன் அல்ல, வேஷம் பார்க்கிறவன் பதில் சொல்ல வேண்டிய விஷயம்.

அவன் பதில் சொல்ல மாட்டான். அவனுக்குப் பத்தாம் தசரா முடிகிறவரை திரும்பிய இடமெல்லாம் ஒப்பனை முகங்கள். முடிந்த பிறகு அப்புறம் பார்க்க அவனுக்குக் கடல். இன்னும் சிலருக்கு மணல்.

ஆனால் அடுத்த வருடமும் தசரா வரும். அடுத்த தடவையும் மழை பெய்யும். ஓயும். மறுபடி பெய்யும். சில சமயம் மழைப் பிரதேசம். சில சமயம் மழைநிழல் பிரதேசம். அவ்வளவுதான்.

அவ்வளவுதானா ?

19. சிதம்பர நகர் கல்யாணி. சி
பெருமாள்புரம் 20.12.2007
திருநெல்வேலி – 627 007.

உள்ளே...

சிதம்பரம் சில ரகசியங்கள் 13
ஒரு ஞானி ஒரு முட்டாள் 26
பெய்தலும் ஓய்தலும்! 39
ஒரு முயல் குட்டி இரு தேநீர் கோப்பைகள் 48
அணில் நிறம் அல்லது நிறங்கள் 55
மிகவும் முக்கியமான பார்வையாளர்கள் 61
தத்தளிப்பு 84
கூடு விட்டு 95
ஒருவர் இன்னொருவர் 103
உப்புக் கரிக்கிற சிறகுகள் 113
உயரம் 123
சிநேகிதிகள் 128

சிதம்பரம் சில ரகசியங்கள்

சுந்தரம் எப்போதுமே இப்படித்தான்.

எப்போது அழுவான் என்று சொல்லமுடியாது.

'பெரியப்பா நீங்க வந்து சொன்னால் அப்பா கேட்பாங்க!' என்று சொல்வதற்கு முன் எவ்வளவோ விஷயங்களை எல்லாம் என்னிடம் பேசிக் கொண்டிருந்தான்.

இதைச் சொல்லும்போது அழ ஆரம்பித்துவிட்டான்.

ஜன்னல் பக்கமாக வெளியே பார்த்துக்கொண்டு நிற்கிற அவன் முகத்தில் இன்னும் கண்ணீரின் பிசுபிசுப்பு இருக்கிறது.

மழை நிற்கவில்லை. ஜன்னலின் வெளி விளிம்பில் விழுகிற மழைத் தண்ணீர் உட்பக்கமாகச் சிதறுவதைக் கையால் தடுத்துக் கொண்டிருக்கிறான். அவரைப் பூங்கொத்து ஒன்று பந்தலில் இருந்து தொங்குகிறது. பீர்க்கம் பூ மஞ்சளுக்குப் பின்னால் கல் கட்டின புடலங்காய்.

சுந்தரத்துக்கு அது எல்லாம் பிடிக்கும். எப்போது வந்தாலும் அந்த ஜன்னல் பக்கம் கொஞ்சநேரம் நிற்பான். வீட்டைச் சுற்றிப் படவரைக் குழி வரைக்கும் போய் அவரைப் பூ ஒன்றைக் கையில் கிள்ளி வைத்துக் கொள்வான். பந்தல்கால் மூங்கிலில் கரையான் புற்று ஏறியிருப்பதைப் பிருபிருவென்று உதிர்த்துவிடுவான்.

ஒருமுறை நானும் அவனும் மிதமான போதையில் இருக்கும் போது, ஒரு சிறு பொழுதுக்கு வெள்ளைக் கரையான்கள் அப்படிப்

பதறிக் கலைவது பற்றியும் ஒரு விரல் தேய்ப்பின் இடைஞ்சலில் எறும்புகள் வரிசை குலைந்து சுவரில் தடுமாறு வதையும் பற்றிச் சொல்லியிருக்கிறான்.

"எனக்கும் உங்க அப்பனுக்கும் எத்தனை வருஷப் பழக்கம். சும்மா கொஞ்சம் சாப்பிடுன்னா கூடச் சிதம்பரம் தொடவே மாட்டான். நீ எல்லாம் நான் பார்க்கப் பிறந்தவன். என் கூடச் சம்மணம் போட்டு உட்கார்ந்துக்கிட்டு நீ சாப்பிடுதே. நானும் உனக்கு ஊற்றிக் கொடுத்துக் கிட்டு இருக்கேன்!"

சுந்தரம் கூடச் சாப்பிடுவதில் எனக்கு சந்தோஷம் தான். சந்தோஷத்தை சந்தோஷம் இல்லாதது போலவும், பிடிக்கிறதைப் பிடிக்காதது போலவும் பேசிக்கொள்ளத் தோன்றுமில்லையா.

'இதிலே என்ன இருக்கு பெரியப்பா!' என்று மட்டும்தான் சுந்தரம் சொல்வான்.

"அப்பாவோட உங்க வீட்டுக்கு முதல்முதல் வரும்போது பக்கத்தில வெற்றிலைப்பெட்டி புஸ்தகம் திறந்தது மாதிரி. அப்போ ஒரு நாய் வளர்த்துக்கிட்டு இருந்தீங்க. பெருசா ஒரு செயின் கழுத்தில கிடக்கும். தெரு முழுவதும் பாவு ஆத்திக் கிட்டு இருந்தாங்க. வீட்டுக்குள்ளே வரைக்கும் கஞ்சி வாசம் அடிக்கு. ரேடியோல அப்போ போட்டுக்கிட்டு இருந்த பாட்டுக் கூட ஞாபகம் இருக்கு. 'ஆசையே அலை போலே. நாம் எல்லாம் அதன்மேலே.' அதை இப்போ கேட்டால் கூட உங்கவீட்டு ஞாபகம் தான் வரும். நீங்க ஒரு கிளாஸ்லே ஊத்திக்கிட்டு இருந்தீங்க." சுந்தரம் அப்படியே படம் வரைந்த மாதிரிச் சொல்வான். பிராந்தியின் நிறத்தைக் குறிப்பிட்டிருக்க மாட்டான். ஆனால் நமக்குத் தெரியும்.

சுந்தரம் சொல்லச் சொல்ல நான் என் பங்குக்கு வேறு சில வற்றையும் அவன் சொல்வதாக நினைத்துக் கொள்வேன்.

'பெரியம்மை சமையலுக்கு நறுக்கி வைத்திருந்த புடலங்காய், அடைக்கோழி சத்தம், பக்கத்து வீட்டுத் தறிக்குழியிலிருந்து வந்து கொண்டிருக்கிற நெசவு ஓட்டம் இதையெல்லாம் விட்டுட்டியே!' என்றால் சுந்தரம் கையில் இருக்கிற டம்ளரைக் கீழே வைப்பான். இரண்டு கைகளையும் சேர்த்துக் கும்பிடுவான்.

"இப்படித்தான் பெரியப்பா. நான் கொஞ்சம் சொல்லணும். கொஞ்சம் காலியா விடணும். நீங்க அதை நிரப்பணும். நீங்க விடுகிறதை யாராவது ஒருத்தர் நிரப்பணும். ஒருத்தரே எல்லாத் தையும் சொல்லிவிட்டா நல்லாவா இருக்கும். எல்லாத்தையும் ஒருத்தராலே சொல்ல முடியாதுங்கிறதுதானே நிஜம்"

இதுமாதிரிச் சொல்கையில் சுந்தரம் கையை நான் பிடித்துக் கொள்வேன். "இப்படியெல்லாம் ஏண்டா உங்க அப்பன் என்னோட பேசமாட்டேன் என்கிறான். ஊரு உலகம், இங்கேயிருக்கிறவன் செய்கிற தப்பு, அங்கே இருக்கிறவன் செய்கிற சரி, யாரு யாரை முழுங்குதான், எவன் என்னத்தைக் கக்குதான்னு எல்லாம் பேசு தான். ஆனால் இப்படிக் கையை எட்டிப் பிடிச்சுக்கிற மாதிரி சிதம்பரத்துக்கு ஒண்ணும் சொல்லத் தோணலியே"

"பெரியப்பா இன்றைக்குப் போதும். கையை எல்லாம் பிடிச்சுக் கொஞ்ச ஆரம்பிச்சாச்சு!" என்று குப்பியை என் பக்கத்திலிருந்து எடுத்து மூடுவான். சாப்பாட்டுப் பொட்டலங் களைப் பிரித்து வைப்பான்.

சுந்தரம் உள்ளங்கையில் நிரம்பிய மழைத் தண்ணீரை உதறிக் கொண்டு 'ஜன்னலை சாத்திவிடவா சாரல் ரொம்பத் தெறிக்கு' என்று அவனாகவே ஜன்னலைச் சாத்தினான்.

கண்ணாடிக்கு முன்னால் நின்று சவரம் செய்து கொண்டிருந்த என் முகத்தில் இருட்டு விழுந்தது. இப்போது பிளேடு வெட்டி ரத்தம் வந்தால் நன்றாக இருக்கும் என்று தோன்றிற்று.

"சிதம்பரம் இப்போ டெய்லிஷேவ் பண்ணுதானா? விட்டுட்டானா?" நான் மேலே பார்த்தபடி கீழ்த்தாடையிலும் தொண்டையிலும் ரேசரை நகர்த்திக் கொண்டிருந்தேன்.

"நீங்க ஒண்ணு பெரியப்பா. அம்மா செத்த அன்றைக்கு மாத்திரம் பண்ணலை. காடயத்துக்கு நாங்க ஆற்றுக்கு சாம்பல் கரைக்கப் புறப்படுகிறதுக்கு முன்னாலேயே இவாள் ஷேவ் பண்ணியாச்சு. பல் விளக்குகிறது மறந்தாலும் பேப்பர் படிக்கிறதும் இதுவும் மறக்காது. நாங்கதான் தாடி வளர்த்துக்கிட்டு உட்கார்ந் திருந்தோம் கல்லெடுப்பு வரைக்கும்." சுந்தரம் என்னைப் பார்த்துச் சிரித்தான்.

"உனக்குத் தாடி நல்லா இருந்தது டே." அவன் துண்டைப் போர்த்தி பெஞ்சில் உட்கார்ந்திருந்த ஞாபகம் வந்தது. கன்ன வழவழப்பைத் தடவிச் சோதித்துக் கொண்டேன்.

"நரைச்சுப் போச்சு பெரியப்பா"

"ரிட்டயர் ஆகப் போகிற வயசுக்கும் நரைக்காமலா இருக்கும். என் மருமகள் இல்லையா கவலைப்படணும் அதைப்பத்தி"

"கூப்பிட்டால் வீட்டுக்கு வந்து ஒண்ணா இருக்காமல் மாமனார் இப்படித் தனியாக் கிடந்து கஷ்டப்படுதாங்களேன்னு தான் அவளுக்குக் கவலை"

"உன் வீட்டுக்காரி இதைப்பத்தி சிதம்பரத்துக்கிட்டே பேசினாளா?"

"பேசினாளாவா. தாங்கு தாங்குண்ணு தாங்கியாச்சு"

"சிதம்பரம் உன்னைப் பத்திக்கூட வருத்தப்பட்டிருக்கான். இதுவரைக்கும் உன் வீட்டுக்காரியை விட்டுக்கொடுத்துப் பேசினதே இல்லை."

"உங்ககிட்டே சொல்லுகிறதுக்கு என்ன பெரியப்பா. எனக்குக் கல்யாணம் ஆன புதிசில எப்ப பார்த்தாலும் எதுக் கெடுத்தாலும் அம்மாகிட்டே அப்பா இவளைப் பத்தியே பேசிக் கிட்டு இருந்திருப்பா போலே இருக்கு. எந்தப் பொம்பிளைக்கு புருஷங்காரன் இன்னொரு பொம்பிளையப் பத்திப் பேசினா பிடிக்கும்." அப்பாவைப் பத்தியும் சொல்லணும். ஒரு நாள், கார்த்தியல் அன்றைக்குத் தான்'னு நினைக்கிறேன். தீபாவளிக்கு எடுத்த சேலையைக் கட்டிக்கிட்டு வசந்தா நடமாடியிருக்கா"

"அது யாரு வசந்தா. பேரு புதுசா இருக்கே. உன் வீட்டுக்காரியா?"

"அப்பா பார்த்துக்கிட்டேயிருந்துட்டு அம்மாகிட்டே போயி, சரோஜாதேவி மாதிரி இருக்கா பாரு" என்கிறமாதிரி ஏதோ சொல்லி யிருப்பா போல. உங்களுக்கு என்ன கிறுக்குப் பிடிச் சிருக்கா? என்று மட்டும் சொல்லி அம்மா தலையில அடிச்சுக் கிட்டாளாம். ஒரு கட்டத்தில அம்மாவே என்கிட்டே சொல்லி யிருக்கா இதை"

"ஆமாடே. அவனுக்குக் கொஞ்சம் அந்தக் கிறுக்கு உண்டு. சில பேருக்கு லேசா கண்ணு தெரியாது. லேசா காது கேக்காது இல்லையா. அது மாதிரி லேசா இவனுக்கு இப்படி. ஆனா உத்துப் பார்த்தால்தான் தெரியும் இதெல்லாம்."

"மனுஷங்களை எல்லாம் பார்த்தால் போதாதா பெரியப்பா. உத்துப் பார்க்கணும்னு என்ன இருக்கு?"

சுந்தரம் இப்போது இடதுகை மணிக்கட்டை என் முன்னால் நீட்டுகிறான். "சும்மா உட்கார்ந்து இருக்கும்போது ஒரு நாளைக்கி என் கையைக் கொஞ்சம் உத்துப் பார்த்தேன் பெரியப்பா. மேல் தோலைப் பார்த்தால் நூறு வயசு, ஆயிரம் வயசு ஆனமாதிரி அவ்வளவு சுருக்கம். இது என் கையே இல்லை. எங்க தாத்தா, தாத்தாவுக்குத் தாத்தா கையைப் பார்த்துக்கிட்டு இருக்கிறமாதிரி ஆயிட்டுது. வெளியிலேயே இவ்வளவுண்ணா, உள்ளே எவ்வளவு இருக்கும்!" சுந்தரம் இடது கைப் புறந்தோலைக் கிள்ளி இழுத்து விட்டு மறுபடியும் அது படர்வதையே பார்த்துக் கொண்டு இருந்தான்.

“சாப்பாட்டுக்கு என்ன பண்ணுதான். ஜோரா சமைப்பானே உங்க அப்பன். பொரிச்ச குழம்புண்ணு ஒண்ணு வப்பான். அது தினசரி அடுப்பு முன்னாலே நிற்கிறவங்களுக்கே சரியா வராது. சிதம்பரம் வச்சா அவ்வளவு டேஸ்ட்டா இருக்கும்” நான் முகத்தைத் துடைத்து மேல்கால் கழுவிக்கொண்டு தொட்டிக் கட்டு இருட்டில் நின்றபோது சுந்தரம் பட்டாசலில் இருக்கிற புகைப்படங்களைப் பார்த்துக்கொண்டு நின்றான்.

எத்தனை தடவை சுந்தரம் வீட்டுக்கு வந்தாலும் அத்தனை தடவையும் இந்தப் புகைப்படங்களைப் பார்க்காமல் இருக்க மாட்டான். அதுவும் இப்படித் தனியாக விடப்படுகிற நேரங்களில் மட்டுமே பார்ப்பான். யாரும் இருக்கும்போது பார்த்ததுமில்லை. அதில் இருப்பது யார் யார் என்று கேட்பதும் இல்லை. இப்படித் தனியாகப் பார்த்து, தனியாக யார் என்று யூகம் செய்கிற விளையாட்டு அவனுக்குப் பிடித்திருக்கிறது போல.

“அப்பாவும் நீங்களும் சேர்ந்து போட்டோ எதுவும் பிடிச்சுக் கிடலையா பெரியப்பா. அந்தக் காலத்தில மாதிரி ஜிப்பா நேரியல் போட்டு, புஷ் கோட்டு ஏரோப்ளேன் காலர் சட்டை போட்டுண்ணு ஒண்ணு கூடவா எடுக்கலை?”

“அது எல்லாம் இந்தக் காலத்தில்தான் சுந்தரம். நாளைக்குக் காலையில காணாமல் போயிருவோம்கிறமாதிரி இன்னைக்கு ஒரு போட்டோ, மறுநாளைக்கு ஒரு போட்டோன்னு எடுத்து வச்சுக்கிடு தாங்க. நாங்க எல்லாத்தையும் இங்கே பிடிச்சு வச்சிருக்கோம்” நான் நெற்றிப் பொட்டில் தட்டிக்கொண்டே சொன்னேன்.

“போட்டோ பிடிக்கலையண்ணுதானே கேட்டேன். அதுக்கு எதுக்கு சிவாஜி போஸ் எல்லாம் கொடுக்கிறீங்க?” சுந்தரம் நான் தட்டியது போலவே தன்னுடைய நெற்றியில் தட்டிக்கொண்டான். மறுபடியும் அவனே சொன்னான்.

“நீங்க எல்லாம் ஒரே கோஷ்டிதானே. இப்போ ஃபோட்டோவைப் பத்திச் சொன்னமாதிரித்தான தெற்கே கூப்புட்டா வடக்கே போவீங்க. அப்பாவும் அப்படித்தானே இருப்பாரு. அம்மா செத்ததுக்கு அப்புறம் அடுப்பே பற்ற வைக்கமாட்டேன். எல்லாப் பாத்திரத்தையும் கழுவி அலமாரியில வச்சுக் கதவைச் சாத்திருங் கண்ணுட்டாங்க.”

“அப்போ இப்ப சாப்பாடு?”

“ஹோட்டல்தான். கல்லூர்ப் பிள்ளை கடையில இட்லி. பரமசிவன் மெஸ்ஸில சுடுசோறுண்ணு போகுது. அதுதானே எங்களுக்குக்

கஷ்டமா இருக்கு. சத்தம் போட்டுக் கூப்பிட்டால் என்னாண்ணு கேட்கிற தூரத்தில் நாங்க இருக்கோம். எங்க கூடேயும் வர மாட்டாங்க. அவங்க கைப்பக்குவமும் கிடையாது. இப்படி நேரத்துக்கு ஒரு கடை”

“துரை ஏன் அடுப்புப் பத்தவைக்க மாட்டானாம்?”

“அடுத்த ஆளுக்குப் பண்ணினால்தான் உப்பு உரைப்பு கைக்கு நிற்குமாம். நானும் வசந்தாவும் பிள்ளைகளும் போனால் நாலு நாள் என்ன நாப்பது நாளைக்கும் அப்பா தவசிப்பிள்ளை உத்யோகம் பார்க்க ரெடியாம்”

“அவன் சொல்லுகிறதுலேயும் ஏதோ ஒண்ணு இருக்கத்தான் செய்யுது சுந்தரம்!” நான் புறவாசல் கதவை எல்லாம் சாத்தினேன். சாமி கும்பிட்டேன். கைக்கடிகாரத்தையும் பர்ஸையும் எடுத்துக் கொள்ளும் போது

“குடை எடுத்துக்கிடலையா!” சுந்தரம் கேலி பண்ணினான்.

“உன் கூடத்தானே வாரேன். நீ என்னை அப்படி நனைய விட்டிருவியா?” இதைச் சொல்லும்போது எனக்குத் தொண்டை கம்மியது. எதையோ சாதாரணமாகச் சொன்னாலும் சரியாகச் சொல்லிவிட்டதுபோல இருந்தது. சிதம்பரம் கொடுத்து வைத்தவன் என்று தோன்றியது.

இவ்வளவு அருமையான பிள்ளைகளுடன் போய் ஏன் இருக்க மாட்டேன் என்கிறான். என்னதான் பிறந்து வளர்ந்து எழுபது வருஷம் ஒரே வீட்டில் இருந்தாலும் இனிமேல் எதற்குத் தனியாக இருக்க வேண்டும்.

“ஒண்ணுமில்லை பெரியப்பா. காலையில அஞ்சரை மணி ஆறு மணிக்கு வீட்டில போன் அடிச்சுதுண்ணா, எடுத்துப் பேசுகிற வரைக்கும் உயிரே போயிருது. யாரு அப்பாவைப் பத்தி என்ன நியூஸ் சொல்லப் போகிறாங்களோண்ணு இருக்கும். படபடண்ணு வரும். அப்பாவுக்குப் புரியமாட்டேங்கு. ஒரு தடவை ரெண்டு பேரும் ஜவுளி எல்லாம் எடுத்துவிட்டு வீட்டில போய் நிற்கிறோம். பத்துப் பதினோரு மணி இருக்கும். வீடு திறந்து கிடக்கு. பட்டாசலில் ஃபேன் ஓடுது. யாரையும் காணோம். ரூம் ரூம்பாத் தேடிக்கிட்டுப் போனால், இரண்டாம் கட்டு ஏணியடியில் அப்பா ஒரு துண்டை விரிச்சுப் படுத்திருக்கா. பக்கத்தில போயிக் குனிஞ்சு மூக்கில கையை வச்சுப் பார்த்தேன். விரல் பட்டதும் பதறிக்கிட்டு எழுந்திருக்காங்க. எங்களுக்குக் கஷ்டமா இருக்கு.”

'இப்படி நாதியில்லாமல் இருக்கும்படி என்னதான் இருக்கோ அந்த வீட்டில?' சுந்தரம் வருத்தத்தில்தான் இதையெல்லாம் சொல்கிறான் என்றாலும் எனக்குப் பதில்சொல்லாமல் இருக்க முடியவில்லை.

"வீடுண்ணா சும்மாவாடே? வீட்டில அப்படி என்ன இருக்குண்ணு லேசாக் கேட்டிர முடியுமா. இப்போ மாதிரி லோனிலே கட்டுகிறதா அந்தக் காலத்தில. வீடுண்ணா ஜெயம் டே. வீடு கட்டிவிட்டான்னா காலை ஊணி நாலுபேருக்கு முன்னால நிமிர்ந்திட்டான்னு அர்த்தம். ஆட்டுரல் கல்லுமாதிரி வீட்டில சுண்ணாம்பு அரைக்கிற கல்லு கிடந்தா நெக்லஸ் போட்ட மாதிரி. ஆனை குதிரையைப் பார்க்கிற மாதிரியாக்கும். எத்தனை பேறுகாலம், எத்தனை கல்யாணம், எத்தனை நல்லது கெட்டது. தொட்டில் கட்டில்னு எவ்வளவு குமிஞ்சுகிடக்கு. அம்பாரம் அம்பாரமா எவ்வளவு ஞாபகம். உங்க அப்பா ஒரு ஆள் ஞாபகம் மட்டும்ணு நினைச்சுக்கிடாதே சுந்தரம். அந்த வீட்டில மூச்சுவிட்ட அத்தனை பேரு ஞாபகமும் அங்கதான் குமிஞ்சு கிடக்கு நிறை நாழி நெல்லு மாதிரி. நீ வேணும்னா ஒண்ணு செய்யி. வீட்டில போய் உங்க ஆச்சியை நினைச்சுக்கிட்டுக் கூப்பிடு. என்ன அய்யா. கூப்பிட்டியாண்ணு பதில் வராம இருக்காது. சிதம்பரம் அப்படி யாரு பேரைச் சொல்லிக் கூப்பிட்டுக் கிட்டு இருக்கானோ. யாரு பதில் சொல்லுதாங்களோ நமக்குத் தெரியாதுல்லா"

சுந்தரம் என்னையே பார்த்துக் கொண்டு இருந்தான். மாடக் குழியில் இருந்த பூட்டுச் சாவி அவன் கையில் இருந்தது. ஆணியில் தொங்கின திறவுகோலை நான் கையில் எடுத்துக் கொண்டேன்.

சுந்தரம் என்னுடைய கையைப் பார்த்துக்கொண்டு சொன்னான். விளக்குச் சரத்தை அழிக்கதவு வழியாகப் போட்டு விட்டுப் போயிருக்கிறார்கள் போல. அது தன் சுருளை அவிழ்த்துக் கொண்டு தரையில் விழுந்தது. அரளிப்பூவின் வாசம் அந்த நேரத்துக்குப் பொருத்தமாக இருந்தது.

"நிஜமாகவே சொல்றேன் பெரியப்பா. நான் கட்டியிருக்கிற வீடு சிறுசு. அதுக்கு உண்டான சாவி எல்லாம் சிறுசு. இந்தச் சின்னச் சாவியை வச்சுக்கிட்டுதான் நாங்க பூட்டிக்கிட்டும் திறந்துகிட்டும் இருக்கோம். அப்பாவைக் கூட வீட்டுக்கு வாங்க வீட்டுக்கு வாங்கண்ணு இதை வச்சுத்தான் கூப்பிடுதோம். இது காணாதோ என்னமோ. உங்க கையில வச்சிருக்கிறது ஒருவேளை சரியா இருக்கலாம்" சுந்தரம் மறுபடி அழுதான்.

“என்னைச் சொல்லிவிட்டு, நீதான் வசனம் பேசுதே. நீதான் அழுதுக்கிட்டு இருக்கே. டே”, நான் சுந்தரம் முதுகில் தட்டினேன்.

சுந்தரம் குனிந்து கதவு ஓரமாகக் கிடந்த என் செருப்பை ஜோடியாக எடுத்து வாசலில் போட்டான். தன்னுடைய கால்களை நுழைத்துக் கொண்டே

“நீங்க என்ன சொல்லுவீங்களோ, எப்படிச் சொல்லு வீங்களோ பெரியப்பா. உங்க ஃப்ரண்ட்கிட்டே நீங்க சொல்கிறதை வச்சுத் தான் அப்பா வீட்டைப் பூட்டிக்கிட்டு எங்ககூட வரணும்.”

“அமீனா வந்து சாமான் செட்டை அள்ளிப் போடுகிறமாதிரி ஒரே நாளில் ராத்திரியோட ராத்திரியாக் காலி பண்ணிவிட முடியுமா. அவன் கிட்டே பேசுதேன். எனக்குத் தெரிஞ்சதை எடுத்துச் சொல்லுதேன். அவனுக்குச் சொல்கிறதுக்கு ஏதாவது இருந்தால் சொல்லட்டும். அவனும் யோசிக்கணும். நானும் யோசிக் கணும். எல்லாம் இருக்குல்லா” நான் நடையில் நின்றுகொண்டு இருந்தேன்.

சுந்தரம் தன்னுடைய பைக்கை லேசாகத் துடைத்துவிட்டு, பக்கவாட்டுப் பெட்டியில் துணியைப் போட்டு மூடினான்.

“யோசிக்கணும் பெரியப்பா. ஆனால் ஒரேயடியா யோசிச்சுக் கிட்டே இருந்திரப்படாது. அப்புறம் எதுக்கு யோசிச்சோம் என்ன யோசிச்சோம் என்கிறதே விட்டுப் போகும். அப்பாவுக்கு அப்படித் தான் ஆகிப் போச்சு” வண்டியை உதைத்துக் கிளப்பினான். நிறுத்தின நேரத்துக்குள் யாரோ ரியர் மிர்ரரைத் திருப்பிவிட்டுப் போயிருந்தார்கள்.

“நீங்க எடுக்கிறீங்களா பெரியப்பா” சுந்தரம் கேட்டான். மறுபடியும் “விளையாட்டுக்கு இல்லை. நிஜமாகத்தான்” என்று சாவியைக் கையில் நீட்டிக்கொண்டு நின்றான்.

சாவிக்கொத்தில் சின்னதாக ஒரு மதுபாட்டில் தொங்கி ஊஞ்சலாடியது. ஒரு சில நிமிஷங்கள் நான் ரொம்ப காலம் வைத்திருந்த புல்லட் வண்டி அதன் நம்பர் பிளேட்டுடன் ஞாபகம் வந்தது. புலித்தோல் மாதிரிப் போட்டிருந்த சீட் கவர் ஞாபகம் வந்தது. “நான் பின்னாலேயே இருந்துக்கிடுதேன்” சுந்தரம் வண்டியைத் தட்டிக் கொடுத்துவிட்டு ஏறி உட்கார்ந்து கொண்டேன். இரண்டு காலை இரண்டு பக்கமாக மறுபடியும் போட்டு உட்காரும்போது ஒரு கிளர்ச்சி உண்டாகத்தான் செய்தது.

“உங்க அப்பா நல்லா புல்லட் எடுப்பான் தெரியுமா?” சுந்தரத்திடம் சொல்லும் போதே எனக்கு இன்னொன்றும் ஞாபகம் வந்தது.

சிதம்பரமும் அவனுடன் குருவிக்குளத்தில் வேலை பார்த்த ராஜம்மாள் டீச்சரும் என்னுடைய வண்டியில் ஸ்ரீவில்லிப்புத்தூர் வரை போய்விட்டு வந்திருக்கிறார்கள். அந்தக் காலத்தில் அது எவ்வளவு பெரிய விஷயம். லேசாக விட்டு விடுவார்களா. ராஜம்மாள் டீச்சருக்கு முதலில் கல்யாணம் ஆயிற்று. அப்புறம் வத்திராயிருப்போ அதற்குப் பக்கத்திலோ மாற்றல் வந்தது.

சிதம்பரம் என்னை வந்து அடிக்கடி பார்த்துக் கொண்டிருந் தான். இப்போது சுந்தரம் சொல்வது போல, சுந்தரத்தின் தாத்தா என்னிடம் தான் அவனைக் கல்யாணம் செய்து கொள்ளும்படி புத்தி சொல்லச் சொன்னார்.

"நான் சொன்ன பிறகுதான் உங்க அப்பன் கல்யாணமே பண்ணினான் தெரியுமா." சுந்தரத்தின் தோளைத் தொட்டுச் சொன்னேன். சமீபத்தில் நான் யாரையுமே இப்படித் தொடாததும் என்னைக்கூட இப்போது யாரும் தொட்டுப் பேசுவது இல்லை என்பதும் பைக் சீறுகிற வேகத்தில் காற்றோடு படபடத்துக் கொண்டு போயிற்று. சுந்தரம் வேகமாக வண்டியை ஓட்டுவது பிடித்திருந்தது. கனமற்ற உடம்புடன் ஒடுக்கமான டயர்களுடன் இந்த வண்டி ஓடுகிறபோது உண்டாகிற என்ஜின் சப்தத்தை அலட்சியமாக என்னுடைய கனத்த புல்லட்டின் சப்தம் துரத்தி வருவது போலிருந்தது.

சுந்தரம் பைக் ஓட்டும்போது அதிகம் பேசுவதில்லை என்று தெரிகிறது. "நீங்க சொன்ன பிறகு அப்பா எங்க வீட்டுக்கு வந்து விட்டால் சரிதான்" என்றான். மறுபடியும் நான் அந்தத் துரத்துகிற சத்தத்தைவிட்டு விலகிவிட முடியவில்லை. புலித்தோல் வரிகள் உள்ள என்னுடைய புல்லட் வண்டியின் சீட்டில் இருக்கிற என் முகத்தில் நாணல் காடு உரசுகிறது. படைபடையாக மான்கள் முன்னால் ஓடுகின்றன.

"என்ன பெரியப்பா தூங்கிட்டீங்களா" சுந்தரம் லேசாகத் திரும்பிக் கேட்டான். ஊருக்குள் எப்போது வந்தோம் என்பதையே நான் கவனித்திருக்கவில்லை. வண்டி உச்சினிமாகாளி அம்மன் கோவில் தாண்டித் தெருவுக்குள் வந்து கொண்டிருந்தது. தெரு விளக்குக் கம்பத்தில் கோவில் உண்டியல் செம்பு அதே சங்கிலி யுடன் தொங்கியது.

எந்த மாற்றமும் இல்லை. எதற்கு இத்தனை வேகத் தடைகள் என்று தெரியவில்லை. பாதாளச் சாக்கடைக்கு உடைக்கப்பட்ட நடுப்பகுதி மண் வகிடாகக் கிடந்தது. அங்கங்கே நிறைய மோட்டார்

சைக்கிள். சுந்தரத்தை யாரோ கும்பிட்டார். இந்த சந்திற்குள் ஒரு ரீ சார்ஜ் கடை. ஒரு வீடியோ கடை. சிமெண்ட் தொட்டி நகர்ந்து மக்கிய குப்பை, மக்காத குப்பைத் தொட்டிகள். துணிகளைச் சுருட்டித் தலையில் வைத்தபடி அலைகிற அந்தக் கோட்டிக்காரி இப்போது வந்தாலும் ஆச்சரியமில்லை.

நகைக்கடைக்காரர் வீட்டுக் கார்கள் இரண்டு நிழலுக்கு நின்றன. சுந்தரம் வண்டியை வெயிலில்தான் நிறுத்தவேண்டிய திருந்தது. பூட்டி விட்டு ஹாண்டில் பாரை அசைத்துப் பார்க்கும் போது சிதம்பரத்திற்கு ஒன்றும் வாங்கி வராதது உறுத்தியது.

“வெறுங்கையோடே வந்துட்டமேப்பா”

“பரவாயில்லை பெரியப்பா. வாங்க. உங்க ஃப்ரண்ட்தானே”

வீட்டுக்குள் போகிற நடையில் தள்ளுவண்டியில் இஸ்திரி போடுகிறவரின் துணிப் பொட்டலங்கள். பாதையில் நட மாட்டமே இல்லை. ஜன்னல் வழியாக யாராவது எறிந்த முடிச் சுருள் உருண்டு வந்திருந்தால் போதுமானதாக இருந்திருக்கும். மழைப்பாசி படிந்த சுவருடைய நாட்பட்ட பூஞ்சான் வாடை அடித்தது.

“என்ன டே. இது உங்க வீடுதானா?

சுந்தரம் இதைக் கேட்காதது போல அமைதியாக வந்தான்.

“பார்த்துவாங்க. தளம் பேர்ந்து கிடக்கு” என்று எச்சரிக்கை செய்தான். பெரிய பள்ளம் ஒன்றுமில்லை. ஆனாலும் சுந்தரம் கை லேசாக என்தோள் மீது இருந்தது.

கல் திண்ணையில் படுத்திருந்த இரண்டு வெள்ளை நாய்கள் எழுந்து ஓடின. எங்களைத் தாண்டித் தெருவுக்கு ஓடுகிற நாய்களையே சுந்தரம் பார்த்துக்கொண்டு இருந்தான். எதற்கு அவன் எல்லாத் தசைகளும் உறைந்து போனதுபோல இப்படி ஆகிவிட வேண்டும். அப்பாவை அப்பாவின் வீட்டில் பார்க்கப் போகிறோம் அவ்வளவு தானே.

அழைப்பு மணியில் விரல் வைத்து அழுத்திக்கொண்டு, ‘அப்பா’ என்று கதவுக்கு முன்னால் நின்று கூப்பிட்டான். பழைய சேலை ஒன்றைத் திரையாகத் தைத்துப் போட்டிருந்தார்கள்.

“சிதம்பரம்” என்று எத்தனையோ தடவை பெயரைச் சொல்லிக் கூப்பிட்ட இடம்தான். இப்போது கூப்பிட முடியவில்லை. சுந்தரம் பக்கத்தில் நின்று உள்ளே பார்த்துக் கொண்டிருந்தேன்.

கதவைத் திறந்ததும் சிதம்பரம் என்னைத்தான் பார்த்திருக்கிறான்.

"ஏ.பாவி" என்று சிரித்தான். "வா.வா.வா" என்று கையைப் பிடித்தான். வீட்டுக்குள் நாங்கள் போகிறவரை சுந்தரம் ஒதுங்கி நின்றுவிட்டுப் பின்னால் வந்தான்.

ஈசிச்சேர் இருந்தது. பக்கத்து ஸ்டூலில் ஒரு தட்டில் ரொட்டித் துண்டுகள். இஞ்சி மரப்பாத் துண்டுகள் தெரிகிற ஒரு ஹார்லிக்ஸ் பாட்டில். ஒரு கட்டில். கட்டிலில் இருந்து பார்க்கிற மாதிரி ஒரு சின்ன டி.வி.

"உட்காரு" என்று என்னைக் கட்டிலைக் காட்டிச் சொல்லை விட்டு பல்செட்டை அணிந்த பிறகுதான் சிதம்பரத்தின் ஜாடை ஓரளவுக்குத் திரும்பியது.

"மகனை எங்கே பிடிச்சே. ரெண்டு பேரும் ஒண்ணா வருகிறீங்க. ஆச்சரியமா இருக்கு" என்று சிரித்தான். வழக்கம் போல ஒரே ஒரு சுட்டுவிரலைக் கன்னத்தில் வைத்துக்கொண்டு என்னைப் பார்த்தான்.

சுந்தரம் இன்னும் சகஜமாகவில்லை.

அம்மா படத்துக்குப் போட்டிருந்த பூவையே பார்த்துக் கொண்டு சுந்தரம் நின்றான். நானும் எழுந்திருந்து பக்கத்தில் போய் நின்றேன்.

சிதம்பரம் பக்கத்தில் வந்து நின்றான்.

"பத்துமாசம் ஆச்சு அவ போயி" என்று புகைப்படத்தையே பார்த்துக் கொண்டு இருந்தான். தொங்கின பூவை ஆணிக்கு மேல் தள்ளினான். உதிர்ந்ததைக் கையில் ஏந்தியபடி "எல்லாம் அவ்வளவு தான்" என்று கீழே குனிந்து அவன் சொல்கையில், சிதம்பரத்தின் தோளில் கையை வைத்தேன்.

நானும் சிதம்பரமும் தனியாகப் பேச அவகாசம் தேவைப் படும் என்று சுந்தரம் நினைத்திருக்க வேண்டும்.

"பெரியப்பா நீங்க பேசிக்கிட்டு இருங்க. நான் பஜார் வரைக்கும் போயிட்டு வாரேன். கொஞ்சம் ஜோலியிருக்கு" என்றான். அப்பாவிடம் ஒன்றும் பேசவில்லை.

"ஏ... அப்படியே வரும்போது டீ வாங்கிட்டு வந்திரு டே. பிளாஸ்க்கை எடுத்துக்கோ" சிதம்பரம் பர்ஸை எடுத்துக் கொண்டிருந்தான். பிளாஸ்க் மூடியைத் திறந்து முகர்ந்து பார்த்த படி சுந்தரம் வந்தபோது சிதம்பரம் ரூபாயை எடுத்து நீட்டினான்.

வண்ணதாசன் | 23

“இருக்கு. இருக்கு” இந்தப் பக்கமே பாராமல் சுந்தரம் தெருப் பக்கமாகப் போனான். ஒரு நாய் குரைக்கிற சத்தம். கொஞ்ச நேரத்தில் பைக் புறப்பட்டு உறும ஆரம்பித்துவிட்டது.

“ரெண்டு பேரும் பைக்கிலேயேவா வந்தீங்க” சிதம்பரம் கண்ணாடியைக் கழற்றித் துடைத்துப் போட்டுக் கொண்டே கேட்டான். கண்ணாடி இல்லாத முகத்தில் வேறு யாராகவோ இருந்து கண்ணாடி உள்ள முகத்துக்குள் சிதம்பரமாக நுழைவது போல இருந்தது.

சுந்தரம் என்னிடம் கொடுத்திருக்கிற பொறுப்பைச் சுலபமாக நிறைவேற்றி விடலாம் என்று தோன்றியது. “ஏன் தனியாக இங்கே கிடக்கே. பேசாமல் சிவன் கூடப் போய் இரு” என்று சொன்னால் ஒத்துக் கொள்வான் என்பதுபோலத்தான் சிதம்பரம் முகம் இருந்தது. நேரடியாக அப்படிச் சொல்வதற்கு முன்னால் சிதம் பரத்தை ஒரு நெகிழ்ச்சியான இடத்திற்கு நகர்த்திக்கொண்டால் நல்லதுதானே.

“ஆமாம்ப்பா பைக்கிலேதான் வந்தோம். வரும்போதே எனக்கு என்னுடைய புல்லட் ஞாபகம் வந்துட்டுது! கைரேகை பார்ப்பது போல நான் சிதம்பரத்தின் முகத்தையே பார்த்துப் பேசினேன்.”

“அது மட்டும் இல்ல. நீயும் ராஜம்மாவும் என் வண்டியில போனது வந்தது எல்லாம் அப்படியே படமா ஓட ஆரம்பிச் சுட்டுது” நான் சொல்லச் சொல்லக் கேட்டுக் கொண்டு இருந்தவன் இந்த இடத்தில் பளிச்சென்று சிரித்தான். ஈசிசேரிலிருந்து எழுந்திருந்து ஒரு தடவை வேட்டியை நெகிழ்த்திக் கட்டிக் கொண்டான். நான் உட்கார்ந்திருந்த கட்டிலிலேயே சிதம்பரம் என் பக்கத்தில் வந்து உட்கார்ந்தான்.

“சுந்தரம் போகட்டும். அப்புறமாச் சொல்லலாம்னு இருந்தேன். அதுக்குள்ளே நீயே ராஜியைப் பற்றிச் சொல்ல ஆரம்பிச்சிட்டே.” சிதம்பரம் ராஜம்மாவை ராஜி என்றுதான் சொல்லுவான்.

“நீ என்ன சொல்லப்போறே அவளைப் பத்தி?” எனக்கு ஒன்றும் விளங்கவில்லை. சிதம்பரம் சிரிப்பே வேறு மாதிரி ஆகிவிட்டது. மரக்கடை வாசலில் கிடக்கிற தடிகளில் சில சமயம் வரிசையாக ஏழெட்டுக் காளான் அழகாக முளைத்திருக்குமே அதுபோல இருந்தது.

“எப்படியெல்லாம் உலகத்தில் நடக்குது பாரு” என்று கொஞ்ச நேரம் அமைதியாக இருந்தவன், மறுபடியும் என் பக்கம் திரும்பி “ராஜி இந்தத் தெருவுக்கே குடியிருக்க வந்திருக்கா தெரியுமா. அவள் மகன் இங்க ஒரு வீட்டைக் கிரயம் முடிச்சிருக்கான்!” அங்கே

இங்கே அசையாமல் என் முகத்தையே கண்ணாடி மாதிரிப் பார்த்துக் கொண்டிருந்தான்.

நான்தான் கொஞ்சம் கீழே குனிந்து கொண்டேன். குனிந்த இடத்தில் தளச்செங்கல் உப்புப் பொரிந்திருந்தது.

"அவள் ஹஸ்பெண்ட் போய்ச் சேர்ந்து பத்துப் பதினஞ்சு வருஷம் ஆச்சாம். ராஜி சர்வீஸ்ல இருக்கும்போதே ஆயிருக்கும் போல இருக்கு." சிதம்பரம் ஒவ்வொன்றாகச் சொல்ல ஆரம்பித்தான். ராஜம்மாளின் மகன் வாங்கியிருக்கிற வீடு யாருடையது, என்ன விலைக்கு முடித்தான், என்ற விபரங்கள் எல்லாம், அதைச் சார்ந்த நுணுக்கமான தகவல்களுடன் அவனிடமிருந்து வந்து கொண்டிருந்தன.

நான் ஏறிட்டுப் பார்க்கும்போது சுந்தரத்தின் அம்மாவுடைய புகைப்படம் கண்ணில் விழுந்தது. செருகி வைத்த பூ மறுபடியும் தொங்கிக் கொண்டு இருந்தது.

அடுத்த தடவை தனியாக வந்தாலும் சரி, சுந்தரத்தோடு வந்தாலும் சரி அந்தப் புகைப்படத்துக்குப் போடுகிறமாதிரி ஒரு சிறுமாலையாவது வாங்கிக்கொண்டு வரவேண்டும் கண்டிப்பாக.

சமய் மலர், 2007

ஒரு ஞானி ஒரு முட்டாள்

*சி*வஞானம்தான் வந்திருப்பான் என்று தெரியும். அலுவலகம் தேடிவந்து என்னைப் பார்க்கிறவர்கள் குறைச்சல். உள்ளே வந்து உட்காரச் சொன்னாலும் உட்காராமல் வெளியேயே நிற்கிறார் என்று சொன்னதைக் கேட்டுக் கொண்டேன். குடித்திருக்கிறார் என்பதைச் சைகையால் காட்டியதைக் கவனிக்காதது போலக் குனிந்து கடிதங்களில் கையெழுத்திட்டேன்.

“உங்களுக்குச் சொந்தம்னு சொல்றாரு” என்ற தணிந்த குரல் வந்தவுடன் எனக்குக் கிட்டத்தட்ட உறுதியாகிவிட்டது அது சிவஞானம் சித்தப்பாதான் என்பது.

சிவஞானம் ஒரு வகையில் எனக்குத் தாத்தா முறை. இன்னொரு வகையில் சித்தப்பா முறை. ஆனால் இரண்டுமுறை சொல்லியும் கூப்பிட முடியாது. சம வயது. அதனால் நீ, நான், வா, போ.

வெளியே வரும்போது சிவஞானம் திரௌபதி அம்மன் கோவில் பக்கத்துப் பெட்டிக் கடையில் பச்சைநாடான் பழத்தைத் தாரிலிருந்து பிய்த்துக்கொண்டு இருந்தான். ஏற்கனவே கன்னத்தில் ஒதுக்கியுள்ளதை விழுங்காமல் இன்னும் ஒரு பழத்தைக் கையில் வைத்தபடி என்னைப் பார்த்துச் சிரித்தான்.

கோவில் மதிலுக்கு உள்ளே நிற்கிற அரசமரத்தின் பழுத்த இலைகள் பெருவாரியாக உதிர்ந்துகிடக்க அதற்கு மத்தியில் அவன் நின்றது நன்றாக இருந்தது. பெட்டிக் கடைக்கு மேலுள்ள கூரையில்

புதிய இலைகளில் ஒன்று கீழே விழப்போவது போலவும் விழ மனமில்லாதது போலவும் இரண்டு முடிவுகளுடன் அசைந்தது.

சிவஞானம் நல்லவேளை அந்த இலையைப் பார்க்கவில்லை. பார்த்திருந்தால் அதனுடன் பேச ஆரம்பித்திருப்பான். "விழணும்னா ஒண்ணு விழணும். இல்லாவிட்டால் ஒரு இடத்தில் பொத்திக் கிட்டு உட்காரணும். இரண்டும் இல்லாமல் இப்படி எதுக்கு படப்பயம் போட்டுக்கிட்டு இம்சை பண்ணுதே. எனக்கு இருக்கிற இம்சை போதாதா. நீ வேறேயா!" என்று அதனுடன் பேசுவதற்கு ஆரம்பித்து விடுவான்.

சிவஞானத்தால் மற்றவர்களுக்கு இம்சையே தவிர, அவனுக்கு ஒரு இம்சையும் கிடையாது. மழைக்காலம் வெயில்காலம் பார்க்காமல் சதா குடித்துக்கொண்டு ஒரு வேலையும் இன்றி ஊர் ஊராக அலைபவனுக்கு என்ன இம்சை இருக்கும்.

எனக்கும் அவனுக்கும் அநேகமாக ஒரே வருடத்தில் கல்யாணம் ஆயிற்று. சொல்லப் போனால் அவனுக்குத்தான் முதலில். வேலை பார்க்க ஆரம்பித்துவிட்ட எனக்குக்கூட அப்புறம் தான் நடந்தது. தாயம்மாள் டீச்சர் வேலைக்குச் சேர்ந்து அப்போதே நான்கு வருடங்கள் ஆகியிருந்தன.

சிவஞானம் தூரத்துச் சொந்தம்கூட இல்லை. வேலையும் கிடையாது. யார் என்ன சொல்லி எப்படி முடித்து வைத்தார்களோ.

குறுக்குத்துறைக் கோவிலில் தாலிகட்டி சிவஞானமும் தாயம்மாளும் வரும்போது ரொம்ப அழகாக இருந்தது. முக்கியமாக முழுக்கைச் சட்டையுடன் சிவஞானம் அழகாகவே இருந்தான். தலையை எப்படிச் சீவிக் கொள்வது, மீசையை எந்த மாதிரியில் வைப்பது, கேரா கன்னத்தில் எவ்வளவு தூரம் இறங்க வேண்டும், முழுக்கைச் சட்டையை முக்கால் கையாக மடித்துவிடுவது எப்படி, எந்தக் கதர்க்கடையில் நல்ல ஜவ்வாது கிடைக்கும் என்பதெல்லாம் அவனுக்கு அத்துபடி.

என் நண்பர்கள் மற்றும் சொந்தக்காரர்களில் ஜிப்பா போடுகிறவன் சிவஞானம் மட்டும்தான். யாரோ கூடச் சொன்னார்கள், "அவன் தாத்தா ஆடாத மைனர் விளையாட்டா. அது ரத்தத்தில இல்லாம எப்படிப் போகும்?"

காலை ஒரு மாதிரி அகட்டி வைத்துத்தான் உடம்பு சாய்ந்து விடாமல் சமாளித்துக்கொண்டு சிவஞானம் நிற்பது தெரிந்தது. சிகரெட் பொருத்திவிட்டு தீப்பெட்டியைக் கடலைமிட்டாய்

பாட்டிலின் மீது போட்டவர், சிவஞானத்திடம் "அப்படி அதிலே உட்காருங்க அண்ணாச்சி" என்று எதிரே புதைந்து கிடந்த ஒரு ஆட்டுரலைக் காட்டினார்.

ஆட்டுரலுக்கும் சுவருக்கும் இடையில் தளதளவென்று ஒரு அரசங்கன்று முளைத்திருந்தது. "பைய, மெதுவா என்கூட வாரீங்களா" என்று சிகரெட் புகையை கழுத்தைத் திருப்பி ஊதிய படி மறுபடியும் கேட்கிற நேரத்தில் நான் பாதிதூரம் போய்விட்டேன்.

என்னைப் பார்த்ததும் எனக்கு வணக்கம் சொல்லிவிட்டு, "எங்கே யாவது உட்கார வையுங்க சார்" என்று சிகரெட் இருந்த கையைத் தணித்தார்.

நான் உட்காரச் சொல்லவில்லை.

சொன்னால் சிவஞானம் உடனே கத்துவான். "ஏண்டா, எனக்கு எப்போ உட்காரணும் எப்போ எழுந்திரிக்கணும்னு தெரியாதா. அவன் ஒரு புடுங்கி சொல்லிவிட்டுப் போறான். நீ ஒரு புடுங்கி அதை என்கிட்டே திருப்பிச் சொல்லுதே" என்று ஆரம்பித்துவிட்டான் என்றால் அப்புறம் நிறுத்த முடியாது.

"நான் யாரு தெரியுமாடா. போஸ். சுபாஷ் சந்திரபோஸ்" என்று அவனுடைய அம்மா அவனைக் கூப்பிடுகிற பெயரைச் சொல்வான். என்னவோ போஸ் என்கிற பெயர் சிவஞானத்தின் அம்மாவுக்குப் பிடித்திருக்கும்போல. பின்பகுதியை மட்டும் ஒரு செல்லப் பெயராகக் கூப்பிட்டிருப்பார்கள். இப்படியெல்லாம் ஆகும் என்று தெரியுமா என்ன.

நான் வருவதைப் பார்த்ததும் சிவஞானம் சிரிப்பான் என்று நினைத்தேன். தாயம்மாள் கூடச் சொல்வாள். "என்னதான் ரெண்டு பேரும் ஓயாமல் எசலிக்கிட்டாலும் உங்களுக்குண்ணுல்லா ஒரு தனி சிரிப்பு வச்சிருக்காங்க. தூரத்தில உங்க தலையைக் கண்டதுமே அப்படியே அது பொங்கிக்கிட்டு வருகிறதைப் பார்க்கணுமே."

அந்தச் சிரிப்பை எதிர்பார்த்து நானும் சிரிக்க ஆரம்பித்து விட்டேன். காலியாகிப்போன ஊதுபத்திக் குழலுக்கு இந்தப் பக்கமும் அந்தப் பக்கமும் வெளிச்சம் வரும். நடுவில் கொஞ்சம் உருளையான இருட்டு இருக்கும். மூக்குப்பக்கம் வாசனை அடிக்கும். அதுபோல இருந்தது எனக்கு.

ஆனால் சிவஞானம் சிரிக்கவில்லை. சிரிக்காவிட்டால் கூடப் பரவாயில்லை. கையில் உரித்தும் உரிக்காமலும் வைத்திருந்த பழத்தை என்னைப் பார்க்க ஓங்கி வீசினான். அது என் பக்கமாக

இல்லாமல் பக்கவாட்டில் விழுந்த சத்தத்தில் சக்கடா வண்டி நிழலில் படுத்திருந்த நாய் பதறி எழுந்து ஓடியது.

ஒரு கையால் உன்னி வீசியதால் தடுமாறின உடலின் ஆதாரத்துக்குப் பக்கத்தில் உள்ளவர் தோளைப் பிடித்து சிவஞானம் நின்றான். அவரைத் தொட்டுக் கும்பிட்டான்.

என்னைப் பார்த்து நடக்க ஆரம்பிக்கும்போது அவன் கத்தத் துவங்கிவிட்டான். என்னைப் பற்றியும் எங்கள் அப்பாவைப் பற்றியும் மிக மோசமான ஒரு வசவைச் சொல்லி ஆரம்பித்த ஒவ்வொரு பேச்சும் திருப்பித் திருப்பி அதே வசவு.

“அப்பனும் மகனும் என்னடா நெனச்சுக்கிட்டு இருக்கீங்க மனசில. இருக்கிறவன் எல்லாம் சும்பப்பய. உங்க ரெண்டு பேருக்கும் தான் நெத்தியில முளைச்சிருக்கு. இல்லையா. உங்க அப்பன் தாசில்தார் நாற்காலி கலெக்டர் ஆபீஸ் நாற்காலிண்ணு உட்கார்ந்து சம்பாரிச்சான். நீ அதிலே உட்கார்ந்தா குண்டி தேய்ஞ்சு போகும்ணு இன்னொரு குஷன் போட்ட நாற்காலியில உட்கார்ந்திருக்கே. எங்கே உட்கார்ந்தாலும் மாசச் சம்பளத்துக்கு ஸ்டாம்பு ஒட்டிக் கையெழுத்துப் போடுகிற பயலுக நீங்க. உங்களுக்கு நான் கேவலமாப் போயிட்டேனா?”

என்ன கேவலம். யார் படுத்தினார்கள். எனக்குப் புரிய வில்லை. “திருத்தங்கல் பெரியம்மை செத்ததுக்கு ஊரு உலகத்துக்கு எல்லாம் தாக்கல் சொல்லிவிடுவீங்க. எனக்கு மட்டும் விட்டுப் போகும். இல்லையா. எனக்குச் சொல்லலை. ஆனால் என் தம்பி, தங்கச்சி எல்லாத்துக்கும் கிர்ரு கிர்ருண்ணு எஸ்.டி.டி. போட்டுச் சொல்லுவீங்க. ஸ்கூட்டர்ல போறவன். காரில போறவன் எல்லாம் கண்ணுக்குத் தெரியும். குதிகால் தேஞ்சவன், செருப்பு அறுந்து போனவன் எல்லாம் தெரியாது. இவன் வந்து நிண்ணு என்ன பண்ணப் போகிறான்னு ஒரு இளக்காரம். சரி டே. உங்க அப்பனாவது கிழட்டுப் பய. வயசாகிப் போச்சு. ஏற்கனவே புத்தி கிடையாது. ஒனக்கு என்ன வந்துது. என் வயசுக்கு எனக்கு இருக்கிற புத்தியாவது இருக்கணும் இல்லே உனக்கு. நீயும் கழட்டி வச்சிட்டே போல இருக்கு.”

மூச்சுவிடாமல் பேசிக் கொண்டே சிவஞானம் வந்ததில் எனக்கு ஆச்சரியமில்லை. என்னுடைய அப்பாவைத் திரும்பத் திரும்ப முட்டாள் என்று சொல்வது புதிதாக இருந்தது. வெறும் முட்டாள் இல்லை. பின்னால் சேர்மானம் எல்லாம் உண்டு. அதைத்தான் அழுத்தம் திருத்தமான குரலில் சொல்கிறான்.

இதுவரை அப்படிச் சொன்னதில்லை. சொல்லப் போனால் என்னைவிட அப்பாமேல் அவனுக்கு மரியாதை அதிகம். “களக்காட்டு அத்தான்” எனறுதான் அப்பாவைச் சொல்வான். “உனக்கு அப்பா எப்படிடே அத்தான்” என்றால் அதற்கு ஒரு முறையைச் சுற்றி வளைத்து விளக்குவான். “எங்க அம்மை அப்படித்தான் கூப்புடுவா. சின்னப் பிள்ளையிலே இருந்து கேட்டுக் கேட்டு எனக்கும் அப்படியே பழகிப் போச்சு” என்று சிரிப்பான்.

“அவுங்க அனுபவம் என்ன. வெளிப் பழக்கம் என்னா. உட்கார்ந்த இடத்தில இருந்துக்கிட்டு ஒண்ணு என்ன ஒன்பது கோயிலைக் கட்டி, கும்பாபிஷேகமும் பண்ணீருவாங்களே. ஏதோ உன்மேல சின்னத் தாங்கல். ரெண்டு வார்த்தை கூடுதலா வந்துட்டுது. அதுவும் உன் நல்லதுக்குத்தான் இருக்கும். அதுக்குப் போயி கோவிச்சுக்கிட்டு வந்திருக்கியே!” என்று ஒரு தடவை என்னைக் கூடச்சமாதானம் பண்ணியிருக்கிறான்.

இடையில் ஒரு சமயம் ஊருக்குப் போயிருக்கும்போது அம்மா, “போஸ் கொடுத்துட்டுப் போனாம்ப்பா. இங்கே யாரு இவ்வளவு திங்கப் போறாங்க. ஒரு கிழங்கைத் திண்ணுட்டு ஒருநாள் முழுக்கப் பல்லைக் குத்திக்கிட்டு இருக்கணும். நீ எடுத்திட்டுப் போ. பிள்ளைகளாவது சாப்பிடும்” என்று பனங்கிழங்குக் கட்டை ஒரு பையில் போட்டுக் கொடுத்தாள். அந்த மாதிரி எல்லாம் பிரியமாக இருக்கிறவன்தான் அவன்.

“போனால் வந்தால் நாலு வீட்டை எட்டிப் பார்த்துட்டு வரணும் டே. சொந்தக்காரன், ஒண்ணாப் படிச்சவன், பக்கத்து வீட்டு அக்கா, எதிர்த்த வீட்டு மாமாண்ணு ஒவ்வொரு ஊரிலேயும் ஒருத்தர் இல்லாமலா இருப்பாங்க. நீ டூர் போறேன் டூர் போறேன்னு எத்தனை ஊருக்குப் போகிறே. யார் வீட்டை யாவது பத்து நிமிஷம் எட்டிப் பார்த்திருப்பியா. மனுஷாள் வாடையே ஆகாமல் இருந்தா எப்படி” சிவஞானம் என்னைக் கேட்பான்.

“அத்துவானக் காட்டில கூட அவியல் கூட்டுண்ணு ஒரு வகைக் கறிவச்சு உபச்சாரம் பண்றதுக்கு எனக்கு ஆள் இருக்கு. கக்கத்தில ஒண்ணுக்கு நாலு புஸ்தகமா இடுக்கிக்கிட்டு நீ போவே. நடையை விட்டுக் கீழே இறங்கினா, என்ன அண்ணாச்சிண்ணு ஒரு பயல் வழியில நிறுத்தி உன்கிட்டேப் பேசுவானா? மாட்டான். நிச்சயமா மாட்டான். எழுதித் தாரேன்”

தான் வேலை பார்க்காத குறையை இப்படிச் சொல்லித் தீர்த்துக் கொள்கிறான் பாவம் என்று நானும் சிரித்தபடியே கேட்டுக் கொள்வேன்.

இன்றைக்கு அப்படிக் கேட்க முடியவில்லை.

என்னைப் பற்றிச் சொன்னால்கூட வருத்தம் இருந்திருக்காது. திரும்பத் திரும்ப எங்களுடைய அப்பாவை "முட்டாப் பயல்" என்றதும் ஒவ்வொரு தடவையும் அந்தக் கெட்ட வார்த்தையையும் சேர்த்துக் கொண்டதும் பிடிக்கவில்லை.

என் அலுவலகம் பக்கத்தில், இந்தப் பெட்டிக்கடைக்காரர், திரௌபதி அம்மன் கோவில் பூசாரி, எதிர்த்த கறிக்கடைக்கு வந்து மட்டன் வாங்கி கையோடு பஸ் ஸ்டாப்பில் இருக்கிற நிர்மலா டீச்சர், ஜீவா ஒர்க்ஷாப் முத்துப்பாண்டி எல்லார் மத்தியிலும் சொன்னதில் ஒரு கோபம் வந்துவிட்டது.

டிரையலுக்கு ஓட்டிக்கொண்டு போகிற வண்டியை, சைடு ஸ்டாண்ட் போட்டு நிறுத்திவிட்டு வந்த முத்துப்பாண்டி, "என்ன ஸார் கேட்டுக்கிட்டே இருக்கீங்க. அந்த ஆள் வாயிலேயே நாலு சாத்துச் சாத்துங்க ஸார்" என்று சொன்னதும் ரொம்பச் சரியென்று பட்டது.

"குடிச்சிருக்காரு ஃபுல்லா" என்றுதான் அப்போதும் சொன்னேன்.

"ஊரு உலகத்திலே குடிகாரனை நாம பார்த்தது இல்லையா. இந்த ஆள் என்ன புதுசாக் குதிச்சிட்டானா. வாயைத் திறக்கும் போதே சப்புண்ணு வச்சிருக்கணும் ஸார். பக்கத்தில ஆம்பளை நிக்கிறாங்களா பொம்பிளை நிக்கிறாங்களாண்ணு பார்க்காமல், ஒருத்தர் பாக்கிவிடாமல் அம்மா ஆத்தாண்ணு ஏசிக்கிட்டு இருக்கான்."

முத்துப் பாண்டியைப் பார்த்துச் சிரித்ததோடு நிறுத்தி யிருப்பேன். சிவஞானம் நிறுத்தவிடவில்லை.

"ஒங்க வம்சாவளியே முட்டாப் பய பிள்ளைக தானே. எல்லா வனும் படிச்ச முட்டாள்ப்பய பிள்ளைக. அந்தக் களக்காட்டுப் மாட்டையா, நீ, ஏரோப்ளேன் பிடிச்சுப் போயிருக்கானே உன் பையன் எல்லாரும் அப்படித்தான்."

சிவஞானம் இப்போது என் பையனையும் சேர்த்தவுடன் மட்டுக்கு மிஞ்சிக் கோபம் வந்துவிட்டது.

அறைந்த அறையில் சிவஞானம் "யம்மா" என்று அலறினான்.

மறுபடியும் அறைந்த அறையில் கோவில் சுவர்ப்பக்கம் சாய்ந்தான். சட்டை தோள்ப்பட்டையில் காவி சரசரவென்று

அப்பியது. ரத்தமாக இருந்தாலும் சரிதான் என்று மேற்கொண்டு கையை ஓங்கினேன்.

சிவஞானம் பாதி உடம்பு சுவரிலும் பாதி உடம்பு தரையிலு மாகக் கிடந்தான். சுற்றிலும் அரசிலைகள் சிதறிக் கிடக்க அவனை அப்படிப் பார்க்கப் பரிதாபமாக இருந்திருக்க வேண்டும்.

ஓர்க்ஷாப் முத்துப்பாண்டி "விடுங்க ஸார்" என்று என் கையைப் பிடித்தான். விழுந்துகிடந்த சிவஞானத்தின் பக்கம் போய் விலகின வேட்டியைச் சரி பண்ணினான். தலையில் அடித்தபடி, "நீங்க ஆபிஸுக்குப் போங்க ஸார்" என்று என்னை அனுப்பினான்.

ஆபிஸ் நடையிலிருந்து ஒரு தடவை திரும்பிப் பார்த்தேன். சுவரில் முதுகு சாய்ந்திருந்ததை விட்டு விலகி அப்படியே அங்கு படுத்துக் கிடந்தான். இதே ஐம்பது ஐம்பத்திரண்டு வயதில் எத்தனையோ இடத்தில் அவன் விழுந்து கிடந்திருக்கலாம். இப்படி அடிவாங்கி இருப்பானா என்று தெரியவில்லை.

நான் முதன்முதலாக அடித்த ஆள் சிவஞானமாகப் போய் விட்டது. என் கையில் இன்னும் விறுவிறுப்பு இருந்தது. ரத்த ஓட்டம் சமப்பட வில்லை. இரண்டாவது அடி பலமானதுதான்.

"குடிகாரனைப் போட்டு அடித்திருக்கிறாயே. அவன் சொன்னது சரிதானே அப்புறம். நீ முட்டாளா இல்லையா?" அரசமர இலைகள் பூராவும் என்னைப் பார்த்துச் சொல்வது போல மொத்தமாக அசைந்தன. உச்சி அரசமரத்தின் பச்சையும் அதற்குமேல் நீலத்தகடும் கொஞ்சநேரம் பார்வையில் மிதந்தன.

அப்புறம் நாலைந்து மாதம் சிவஞானத்தின் சத்தத்தையே காணோம். இப்படி எல்லோரையும் முட்டாள் என்று சொன்னவன் எக்கேடும் கெட்டுப் போகட்டும் என்று இருந்தது.

வீட்டில் கூட ஏதோ பேச்சு வந்தது. "எங்கே சின்ன மாமாவைக் கண்ணிலேயே காணோம்" என்று கேட்டாள். நான் அவ்வப்போது சிவஞானத்துக்குப் பணம் கொடுப்பது அவளுக்குத் தெரியும். "நீங்கதான் வரும் போதும் போகும்போதும் துட்டைக் கொடுத்துக் கெடுக்கிறீங்க" என்று ஒரு அபிப்ராயம் ஏற்கனவே உண்டு. "உங்களை யெல்லாம் நம்பவே முடியாது. அவனை எங்கே ஆளையே காணோம்னு என்கிட்டே சொல்லிவிட்டு, குறளி வித்தை காட்டுகிற மாதிரி கண்ணில படாமல் காசைக் கொடுத்து அனுப்பிச்சுக்கிட்டு இருப்பீங்க" என்று சொல்லும் போது சிரிக்காமல் என்ன பண்ண முடியும்.

“கட்டிக் கொடுக்கிற வயசில பொம்பிளைப் பிள்ளை இருக்கு. கொஞ்சம் கூட வடவருத்தம் இல்லாமல், இப்படிக் குடிச்சிட்டு சின்ன மாமாவுக்கு எப்படித்தான் ஊர் ஊராகச் சுத்தத் தோணுதோ. பொருட்காட்சியில தம்போலா ஸ்டால் போடுவானே செங்கோட்டைக்காரன் அவனும் இவங்களும் தான் ஜோடி போட்டுக் கிட்டு அலையுதாங்களாம்! இப்படி நிறையத் தகவல்களை வைத்திருக்கிறவளிடம், சிவஞானம் அன்றைக்கு ஆபிஸிற்கு வந்ததையும், முட்டாள் அது இது என்று வசவு சொல்லித் திட்டியதையும் நான் அவனை அடித்ததையும் சொல்லவே இல்லை. அவ்வப்போது என் கையைத் திருப்பிப் பார்த்துக் கொள்வேன். அப்படி அடித்திருக்க வேண்டாம்தான்.

அவனைத் தேடாமல் இல்லை. அதுவும் கேட்டி.சீயில் டிரைவராக ஓடுகிற சீத்தாபதி என்னைப் பார்க்கும்போது, “மாப்பிள்ளை எப்ப ஊருக்குப் போனான். சாப்பிடச் சொன்னேன். உங்களைப் பார்க்கப் போறேன். அதனாலே சாப்பாடு வேண்டாம்னு சொல்லிட்டு வந்தானே” என்று கேட்டார்.

இரண்டு பேரும் ஒன்றாகப் படித்தவர்கள். ஒருத்தருக் கொருத்தர் மாப்பிள்ளைகள்.

“எப்போ வந்தான்?”

“போன வியாழக்கிழமை நான் வண்டியை விட்டு இறங்கினேன். அன்றைக்குச் சாயுந்தரம்தான்.”

“வந்த ஞாபகம் இல்லையே, வீட்டுக்குப் போய்த் தலையைக் காட்டிவிட்டு அப்படியே போய்ட்டானோ என்னவோ”

சிவஞானம் வீட்டுக்கு வரவில்லை. வந்திருக்கலாமே என்று தோன்றியது. ஒரு சனி ஞாயிறில் போய்ப் பார்க்கலாமா. அல்லது தாயம்மை கொடுத்திருக்கிற பி.பி. நம்பரில் கூப்பிட்டுக் கேட்கலாமா. இப்படி நிறைய யோசனைகள்.

அம்மா ஒரு தடவை போன் பேசினாள்.

“எங்கேப்பா இந்த போஸ் பயலை ஆளையே காணோம். உடம்புக்கு ஒண்ணுமில்லையே. குடிச்சால் குடல் வெந்திரும். ஓட்டை விழுந்திரும். ஈரக்குலை அழுகீரும்னு எல்லாம் சொல்லு தாங்க. இவன் பரவா யில்லையே. இந்த வயசுக்கும் நடமாடிக் கிட்டு இருக்கானேன்னு நினைச்சேன். பாவி அப்படி நினைச்சதுதான் தப்பாப் போச்சோ என்னவோ” அம்மா நிஜமாகவே வருத்தப்பட்டாள். எப்படியோ சிலபேரை சில பேருக்குப் பிடித்துப் போகிறது.

“நான் பார்க்கவில்லை என்றாலும் அவன் சிநேகிதர்கள் பார்த்ததாகச் சொல்கிறார்கள். நன்றாகத்தான் இருக்கிறான்’ என்று ஒரு ஆறுதலுக்காக அம்மாவிடம் சொன்னேன்.”

“அவன் கடைக்குட்டிக் கொழுந்தியாளுக்குக் கல்யாணம் வச்சிருக்கு. தெரியும்லா”

“யாரு தாயம்மை தங்கச்சிக்கா”

“ஆமப்பா. முருகேஸ்வரிக்கு. இவளும் வாத்திச்சி வேலை தான் பார்க்கிறா. கல்யாண வயசு எல்லாம் எப்பவோ தாண்டிட்டுது. ஆனா நல்ல பிள்ளை. இப்போதான் வேளை வந்திருக்கு”

“ரெண்டாந் தாரமாவா?” ஏன் அப்படிக் கேட்டேன் என்று தெரியிவல்லை.

“அதெல்லாமில்லைப்பா. தச்சநல்லூர்ப் பையன். மில்லுல வேலைக்கு நிற்கிறான் போல. தெரிஞ்ச குடும்பம்தான்”

“சிவஞானம் கதையெல்லாம் ஒண்ணும் இல்லாமல் இருக்கணும்”

“அதெல்லாம் இருக்காதுப்பா. ஒரு குடும்பத்துக்கு ஒரு சிவஞானம் தான். எல்லாத்துக்கும் ஒரு கணக்கு வச்சிருப்பான் இல்லையா.” நேரில் பேசினால் அம்மா இப்போது மேலே பார்க்கக் கையைக் காட்டியிருப்பாள். அம்மா பூசிக்கொள்கிற திருநீறு வாசனை அடிக்கிறதுபோல இருந்தது.

தாயம்மை முகத்தில் இருக்கிற இடம் தெரியாமல் ஒரு சாந்துப் பொட்டைத் தவிர வேறு எதையும் பார்த்ததில்லை. வைகாசி விசாகம், ஆடித்தவசு என்று எந்தக் கோவிலிலும் தாயம்மையைப் பார்த்தது கிடையாது. குறுக்குத்துறைக் கோவிலுக்கே கல்யாணத் திற்குப் பிறகு மறுபடியும் போயிருப்பாளா என்பது சந்தேகம் தான்.

“கோயில், குளம் எல்லாத்தையும் விட்டுட்டியாட்டி?” என்று அம்மா தாயம்மாவிடம் கேட்டதற்கு, “எல்லாத்தையும் அவங்க பொறுப்பில் விட்டுட்டேன். கோவில் குளம் எல்லாத்தையும்” என்று சொல்லி நிறுத்தி “சாமி உட்பட” என்று சிவஞானம் பெயரைச் சொல்லாமல் சிரித்தாளாம்.

“ஆக்குப் புரையிலே இருந்து அப்படியே ரெண்டு கரண்டி கங்கு அள்ளிக் கொட்டின மாதிரி இருந்தது அந்தச் சிரிப்பு” அம்மாதான் இதையும் சொன்னாள்.

கல்யாண மண்டபத்தில் நுழையும்போது சிவஞானத்தைக் காணோம். தாயம்மைதான் சிரித்துக்கொண்டு வந்தாள்.

கங்கு அள்ளிக் கொட்டுகிற மாதிரி எல்லாம் இல்லை. விசேஷ வீட்டுச் சிரிப்பு மாதிரித்தான் இருந்தது.

தன் முகத்தையும் மறைக்காமல், எதிரில் வருகிறவர் முகத்தையும் மறைக்காமல், வலது கையில் கட்டிய கடிகாரத்துடன் இயல்பாக வணக்கம் சொல்வதும் சிரிப்புமாகத் தாயம்மை நடமாடுவதைப் பார்த்துக் கொண்டேயிருந்தேன். இவ்வளவு பூ வைத்த தாயம்மையை இதுவரை நான் பார்த்ததேயில்லை.

"இது யார் தெரியுதா அத்தான்" கைக் குழந்தையும் கையுமாக ஒரு பெண்ணைக் கூட்டிக் கொண்டு வந்தாள் அவள்.

"தெரியலையே டீச்சர்" நான் பிள்ளையை வாங்கக் கையை நீட்டினேன். பிள்ளையைக் கொடுத்த பெண்ணுக்குத் தெற்றுப்பல் இருந்தது. சிரிப்பு அந்தத் தெற்றுப்பல்லுக்கு மேல் ஏறி உதட்டில் இறங்கியது.

"சாமினாதனோட வைஃப், டாட்டர். மருமகள் ஜோதி. பேத்தி செல்லா! என்று முதலில் அந்தப் பெண்ணின் தோளையும் அடுத்து அந்தக் குழந்தையின் உச்சியையும் தொட்டுத் தாயம்மை அறிமுகப் படுத்திய விதம் நன்றாக இருந்தது. என்னையும் அப்படித் தோளையோ முழங்கையையோ தொட்டு அவர்களுக்கு அறிமுகப் படுத்த மாட்டாளா என்றிருந்தது.

"சாமி எங்கே?" என்று கேட்டேன். ஜோதி இரண்டு தோளையும் உயர்த்தி உதடு பிதுக்கித் தெரியாது என்பதைச் சொல்லி, குழந்தையைத் திரும்ப வாங்கிக் கொள்ளக் கை நீட்டினாள். அவளிடம் கொடுத்துக் கொண்டே "சிவஞானம் எங்கே" என்று தாயம்மையிடம் கேட்டேன். தாயம்மை குழந்தையின் உள்ளங்கையால் தன் கன்னத்தில் அடித்துக் கொண்டாள்.

"வாசலில்தானே நிற்கிறாங்க. பார்க்கலையா" என்று கேட்டவள்,

"எல்லோரும் பார்க்கட்டும் என்றுதானே அங்கே நிற்கச் சொல்லி யிருக்கோம்" என்று சிரித்தாள்.

சுலபமாகக் கும்பிட முடிகிறது. சுலபமாகச் சிரிக்க முடிகிறது. என்னிடம் பேசிக்கொண்டே குழந்தையின் விரலைப் பொய்க்கடி கடிக்கத் தாயம்மைக்கு முடிகிறது.

நீலக்குவளையும் பாசி மிதப்புமாக வருகிறதை இரண்டு கைகளாலும் விலக்கி விலக்கி ஒதுக்கிக் கொண்டு யாரோ வாய்க்காலில் குளிக்கிறதைச் சின்ன வயதில் பார்த்தது ஞாபகம் வந்தது.

மறுபடியும் தாயம்மையே வந்தாள். இரண்டு கைகளிலும் இரண்டு பேரை என்னிடம் கூட்டிக்கொண்டு வரும்போதே தலையைக் குனிந்து சிரிப்பதும் நிமிர்வதுமாக இருந்தாள்.

"இது சாமி. இது ஆசாமி" என்று மகன் சாமினாதனையும் சிவஞானத்தையும் அறிமுகப்படுத்துவதுபோல் முன்னால் நிறுத்தினாள். ஒரு புகைப்படத்திற்கு நிற்பதுபோல் அவள் நடுவில் இருக்க, இரண்டு பேர் தோள்களிலும் அவள் கை இருந்தது.

"எப்படி இருக்கீங்க. பார்த்து ரொம்ப நாளாச்சு" என்று சாமி சிரித்தான். கை குலுக்கினான்.

"உங்க அப்பாவையும் பார்த்து ரொம்ப நாளாச்சு" என்று சிவஞானம் பக்கம் திரும்பினேன்.

சிவஞானம் முதலில் சாதாரணமாக என் கையைப் பிடிக்கிற மாதிரிதான் இருந்தது. பிடித்த கையோடு அப்படியே என்னை அவன் பக்கம் இழுத்தான். ரெண்டு கைகளும் முதுகுக்குப் போகிற மாதிரி அணைத்துக் கொண்டான். பள்ளிக் கூடத்துப் பையனைப் பரிசு கொடுக்கிறவர் தட்டிக்கொடுக்கிற மாதிரி எட்டின தோளில் தட்டிக் கொடுத்தான். அப்படியே நடனமாட அழைப்பதுபோல நகர்த்தி, சுவர்ப்பக்கம் போனபோது கூச்சமாக இருந்தது.

"உன் கூடக் கொஞ்சம் தனியாகப் பேசணும். இருப்பியா?" என்றான். சிவஞானம் ரொம்ப நேரமாகத் தோளைக் கட்டிப் பிடித்திருப்பது மற்றவர்களுக்கு எப்படியிருக்கும். அவன் குடித் திருக்கிறான் என்பது எல்லாம் ஒரு பொருட்டாகத் தெரிய வில்லை.

"என்ன விஷயம் சொல்லு" என்றேன்.

"நிறையப் பேசணும் இருப்பியா. போயிருவியா" என்றான். தொடர்ந்த குடியில் கண்கள் நீரில் மிதந்தன. அழுதுவிடுவானோ என்றும் தோன்றியது.

"நான் போகிறது இருக்கட்டும். நீ இப்போ என்ன விஷயம்ணு லேசாச் சொல்லேன்."

சிவஞானம் என்னை பக்கவாட்டு மண்டப வராண்டாவுக்குக் கூட்டிப் போனான். ஒரு சிகரெட்டைப் பற்ற வைத்துக் கொண்டான்.

"சாமினாதன் கதை தெரியுமில்லையா" என்று பையனைப் பற்றிக் கேட்டான்.

"தெரியும்" தலையை அசைத்தேன்.

"சாமி ஆம்பிளைப் பையன். அவனை ஜோதிக்குப் பிடிச் சிருந்தது. ஜோதியை அவனுக்குப் பிடிச்சிருந்தது. கூட்டிக்கிட்டுப் போனான். ஏதோ பல்லடத்தில் ஒரு நல்ல வேலை கிடைச்சுது. நம்மளை மாதிரி இல்லை. பொறுப்பா இருந்து குடித்தனம் போட்டான். புள்ளை குட்டிண்ணு காலை ஊணிட்டான்."

நான் சிவஞானத்தின் முகத்தை மட்டுமே பார்த்துக் கொண்டிருந்தேன். சிவஞானத்தின் உடலில் வேறு எந்த உறுப்புக்களுமே இல்லாதது மாதிரிக் கண்கள் மட்டும் எல்லாக் காரியத்தையும் செய்து கொண்டு இருந்தன.

"மகள் காரியம் அப்படியில்லை. அதை ஒருத்தன் கையில பிடித்துக் கொடுத்துட்டுப் போயிரணும்."

சிவஞானத்தின் முகம் இதுவரை பாராத ஒன்றாக மாறிற்று. ஒரு தடவை நீண்ட இழுப்பாகப் புகைத்தான். இரண்டு நிமிடம் அப்படியே உள்ளே வைத்திருந்து, பிறகு அவ்வளவு புகையையும் வெளியே ஊதினான்.

"அவளுக்கு நீதான் மாப்பிள்ளை பார்த்து முடிச்சு வைக்கணும்" சிவஞானம் என் இடதுகை விரல்களை நொறுக்குவதுபோல் பிடித்துக் கொண்டான்.

"நல்ல பையனா இருக்கணும். எனக்கு என்னை மாதிரி ஆட்களைத் தான் தெரியும். உனக்கு அப்படியில்லை" சிவஞானம் எவ்வளவு அடக்கினாலும் கண்ணீர் பொங்கிக் கொண்டிருந்தது.

"எனக்கு ரொம்ப நாள் ஓடாதுப்பா!" எச்சிலை முழுங்கி விட்டு "ஒரு பயம் வந்துட்டுது இப்போ" என்று என்னைப் பார்த்தான். என் தோளை மறுபடி தட்டினான்.

"அதுக்கு முன்னாலே ஒரு பையனைப் பார்த்து முடிச்சிரணும். அதை நீதான் செய்யணும். அவளும் அப்படித் தான் அபிப்பிராயப் படுதா" சிவஞானம் வாய்விட்டு அழ வில்லையே தவிர, கண்ணீர் அது பாட்டுக்கு வழிந்துகொண்டே இருந்தது. எனக்குத் தாங்கவில்லை.

நான் வேறு ஏதாவது பேச்சுக் கொடுக்க நினைத்தேன். சீத்தாபதியைப் பார்த்ததையும், சிவஞானம் ஊருக்கு வந்ததாகச் சொன்னதையும் எங்கள் வீட்டுக்கு வருவதாக அவரிடம் தெரிவித்ததையும் ஞாபகப்படுத்தினேன். சிவஞானத்தின் கையை என் கைகளுக்குள் எடுத்து வைத்தபடி அவனைப் பார்த்து.

"வாஸ்தவம்தானா. வந்தியா" என்றேன்.

“ஒரு தடவையா வந்தேன். ரெண்டு மூணு தடவை இருக்கும்.”

“அப்படி யாருப்பா இருக்கா. ஒருத்தருக்கும் தெரியாம அத்தனை தடவை பார்த்துட்டுப் போகிற அளவுக்கு?”

“நீ ஒருத்தர்தான் இருக்கிறதா நினைப்போ”

“சரி. சொல்லேன். யாரைப் பார்த்துட்டுப் போனே அப்படி?”

சிவஞானத்தின் முகத்தில் அழுகை மாற ஆரம்பித்துவிட்டது. கீற்றுப் போல ஒரு சிரிப்புக்கூட வந்திருந்தது.

“முத்துப்பாண்டி” என்று நிறையவே சிரித்தான்.

“எந்த முத்துப் பாண்டி?”

“அதான் ஓர்க்ஷாப் வச்சிருக்கிறானே அவன்தான்”

“அவனா? அவன்தான் உன்னை நாலு சாத்து சாத்தச் சொன்னான் தெரியுமா?”

“அது மட்டும்தான் உனக்குத் தெரியும். அதுக்குப் பிறகு முகத்தைக் கழுவச் சொல்லி, எனக்குச் சாப்பாடு வாங்கிக் கொடுத்து, பஸ் காசு போட்டு வண்டியிலே ஏத்திவிட்டது யாரு தெரியுமா. அவன்தான்!”

சிவஞானம் சத்தமாகவே சிரிக்கத் தொடங்கிவிட்டான்.

சிவஞானம் இன்று ஜிப்பா போட்டுக் கொண்டிருந்தால் இன்னும் அழகாக இருப்பான் என்று தோன்றிற்று.

ஆனந்த விகடன்
சிறுகதை மலர், 2007

பெய்தலும் ஓய்தலும்

இப்போது பெய்து கொண்டிருக்கிற மழை ஊரிலும் இருக்குமா என்று தெரியவில்லை.

மகமாயி மழைத்தண்ணீரை அண்டாவில் பிடித்துக்கொண்டு இருக்கலாம். வாசலில் ஈரத்தரையில் மழைப்புள்ளிகள் தெறிக்க, அரை அரைக் கொப்புளங்கள் நகர்ந்து கொண்டிருக்கின்றன.

கன்றுக்குட்டிக்கு இன்னும் தொப்புள்கொடி விழவில்லை. நனைய வேண்டாம் என்று ஜன்னல் கம்பியில் கட்டிப் போட்டிருக்கிறார்கள். காரை பெயர்ந்திருக்கிற சுவரை, அது முகர்ந்து பார்த்துக் கொண்டிருக்கிறது. சைக்கிள் பெடல் இடித்து இடித்தே சுவர் பெயர்ந்து விட்டிருந்தது.

இன்னும் என்னால் ஒரு ஸ்கூட்டர்கூட வாங்க முடியவில்லை என்பதில் கதிரேசனுக்கு வருத்தம். "அப்பா மாதிரி இருக்கிற வங்க எல்லாரும் பைக் வெச்சுக்கிட்டு ஆபீஸ் போறாங்க. இவங்க தான் இன்னும் சைக்கிளை விடமாட்டேங்கிறாங்க!" என்று அம்மாவிடம் சொல்லிக் கொண்டிருந்தான்.

"அப்பா வாங்காவிட்டால் என்ன? நீ வாங்கு!" என்று சொல்லி விட்டு, "எலுமிச்சங்கா ஊறுகாய் போடவா?" என்று கேட்கிற அம்மாமீது கதிரேசனுக்கு வருத்தமிருக்குமா, தெரியவில்லை!

என்மீது கோபம் இருந்திருக்கும் போல... அப்பாமீது மகன்கள் கோபப்படுவார்கள் என்பதை நான் யோசிக்கவே இல்லை இதுவரை. கதிரேசன் நன்றாகப் படித்தான். ஸீட் கிடைத்தது.

இன்ஜினியரீங் முடித்து, நல்ல வேலைக்கும் போய்விட்டான். என்னால் முடிந்ததையெல்லாம் நான் செய்துகொண்டுதானே இருக்கிறேன்.

“காலேஜூல சேர்த்ததோடு சரி… நாலு வருஷத்துல ரெண்டு தடவைகூட ஹாஸ்டலுக்குப் போய்ப் பார்க்காத அப்பா அம்மா நாமளாகத்தான் இருக்கும்!” கதிரேசன் படிப்பு முடிந்த சமயம் மகமாயி சொன்னாள்.

“உன் மகன் உன்கிட்டே வருத்தப்பட்டானாக்கும்!” என்று நான் கேட்டதற்கு மகமாயி நேரடியாகப் பதில் சொல்லவில்லை.

“அவன் கேட்காவிட்டாலும் ஊர்ல கேட்கிறாங்க இல்லே…” “மாமு, உன் மகனைப் பார்த்துட்டு வந்தியா? எப்படி இருக்கான்?’ னுட்டு…”

“நல்லாத்தான் இருக்கான்னு சொல்லிவிட வேண்டியது தான்!”

நாம் ஓரளவுக்கு நன்றாகத்தானே இருக்கிறோம் என்பதை அப்படிச் சொல்லத் தோன்றியது எனக்கு.

மழை முன்பைவிட அடித்துப் பெய்யத் தொடங்கிவிட்டது.

மழையைப் பார்த்துக் கொண்டிருக்க வேண்டும். வேறு யாருமே இல்லாமல் இப்படிப் பார்த்துக்கொண்டே இருக்கிற போது, திடீரென்று யாருடனாவது மழையைப் பற்றிப் பேச வேண்டும் போலத் தோன்றும். அப்படித் தோன்றினவுடன், யாராவது பக்கத்தில் வந்து பேச ஆரம்பித்து விட்டால் எவ்வளவு நல்லது.

“ராத்திரி முழுதும் விடாது போல” என்று, “கொட்டு கொட்டுனு கொட்டுதே!” என்று இப்படிச் சாதாரணமாக இரண்டொரு வார்த்தைகள் பேசுகிறவர்கள் போதும்!

வீர ராஜுவுடைய அப்பா இதுவரை ஒரு வார்த்தைகூடப் பேச வில்லை. தன்னுடைய அப்பாவுக்கு மனநிலை சரியில்லை என்று வீரராஜ் ஒருபோதும் சொன்னதில்லை. “சைக்கி யாட்ரிஸ்ட் கிட்ட காண்பிச்சு மருந்து கொடுத்துட்டு இருக்கோம்” என்றுதான் சொல்வார். அந்த வார்த்தையே இந்தப் பக்கம் புதுசு.

வீரராஜ் திடீரென்று ஒரு நாள் லீவு போட்டுவிட்டுப் போனார்.

ராத்திரி பத்து, பதினோரு மணி இருக்கும். இரண்டு கைப்பைகளுடன் இவரைக் கூட்டிக் கொண்டு வந்து நிற்கிறார். தூக்கத்திலிருந்து முழித்த கண்ணுடன், இந்த அறையிருக்கிற மாடி யிலிருந்து பார்க்கிறேன்.

ஆட்டோவிலிருந்து வீரராஜும் இவரும் இறங்கி நிற்கிறார்கள். "ரெண்டு, மூணு தடவை பெல் அடிச்சேன். ஊருக்குப் போயிட்டீங்களோன்னு நினைச்சேன். நல்லவேளை, இருந்தீங்க!" என்று வந்தவுடன் சொன்னார்.

இடது ஓரம் இருக்கிற, அதிகம் வெளிச்சம் விழாத அந்த மாடிப் படிகளில் இரண்டு பேரும் ஏறி வருவதைப் பார்க்கும் போது, வீரராஜுடன் வருகிறவர் குடித்திருப்பாரோ என்பது போல இருந்தது. வரிசையான நாற்காலிகளில் உட்காருவதற்குத் தேர்ந்தெடுக்கிற இடத்தைப் பொறுத்து, குழந்தைகளை அணுகு வதை வைத்துச் சொல்ல முடிவதைப் போல, படிகளில் ஏறுகிற விதத்தைப் பொறுத்தும் ஒருவரைப் பற்றிச் சொல்லிவிடலாம் இல்லையா?!

"நல்லவேளை, அப்பாவுக்கு ஒண்ணும் ஆகலை. சங்கிலி யோட கட்டிப்போட்டு வெச்சிருந்தவங்க. எல்லோரும் அப்படியே கருகிப் போயிட்டாங்க. கண்றாவி!" வீரராஜ் இதைச் சொல்லும் போதும் வீரராஜின் அப்பா பேசாமல்தான் இருந்தார்.

"ஒரு பத்து நாள் இங்கே இருக்கட்டும்னு தோணுது. நிலைமை கொஞ்சம் சரியாயிடுச்சுன்னா, மறுபடியும் அங்கேயே கொண்டு போய் விட்டுடலாம்னு நினைக்கேன். வேறு வழியில்லை..." பனியனைக் கழற்றுவதற்கு இரண்டு கைகளையும் உயர்த்திய நிலையில், ஒரு விநோத பொம்மை போலிருந்த வீரராஜிடமிருந்து முகமற்ற குரல் வந்தது.

வீரராஜ் அப்பா கட்டிலில் படுக்க ஒப்பவில்லை. கழிவறையை உபயோகிப்பதிலும் அவருக்குத் தயக்கம் இருந்தது. பின்பக்க முள்ள வெற்றிடத்துக்குக் கூட்டிக் கொண்டு போய் உட்கார்த்தி வைத்த போது, சப்போட்டா பழமரத்தடியில் படுத்திருக்கிற பூனையை அவர் விரட்ட ஆரம்பித்தார்.

"பூனை போயிட்டுது. நீங்க ஒண்ணுக்கு இருந்துட்டு வாங்க..." என்று வீரராஜ் சொல்லும்போதும் அவர் திரும்பத் திரும்ப, "ச்சூ... ச்சூ..." என்று இல்லாத பூனையை விரட்டிக் கொண்டிருந் தார். அவர் உடுத்தியிருந்த கட்டம் போட்ட சாரம் நனைய ஆரம்பித்திருந்தது.

வீரராஜுக்குச் சட்டென்றுகோபம் வந்தது.

"உட்கார்ந்து இருங்கனு சொல்லுதேன்லா..." என்று கத்தினார். அடி விழுவதைத் தடுப்பது போலக் கையை உயர்த்திக் கொண்டு வீரராஜ் அப்பா நின்றார். மேலும் மேலும் அவர் உடுப்பு நனைந்து, காலின் வழியாக வடிந்தது.

"அப்படியே குப்புறப் புடிச்சுத் தள்ளிடுவேன்!" வீரராஜ் கத்தினார்.

"அதுக்கு இவ்வளவு சிரமப்பட்டு இங்கே கூட்டிட்டு வந்திருக்கணுமா? ஒரு சங்கிலியை வாங்கி, அங்கேயே ஒரு இடத்துல கட்டிப் போட்டிருக்கலாம், இல்லையா?" நான் சொல்லி விட்டு, வீரராஜ் அப்பா பக்கம் போய் நின்றேன்.

"நீங்க உள்ளே போங்க... நான் பார்த்துக்கிடுதேன்..." நான் சொன்னது வீரராஜிடம் போய்ச் சேர்வதற்குள், வீரராஜ் அறைப் பக்கம் திரும்பி, இருட்டில் விழுந்து சிதறுகிறபடி எதையோ முணுமுணுத்தார்.

உயர்த்தின கை கொஞ்சம் கொஞ்சமா இறங்க, வீரராஜ் அப்பா நின்றார். பெட்டிக்கடைக்கு அருகில் கிடக்கிற, காய்ந்து போன வாழைப்பழத்தார் மாதிரி இருந்தது நான் தொட்ட அவருடைய கை. இடுப்பில் இருந்த துணி முற்றிலும் நழுவி யிருந்தது.

ஒரு உலர்ந்த மரம் போல, இருட்டுக்குள் அவர் நின்று கொண்டிருந்தார். ஒரு வௌவால் மிகச் சுலபமாக அவரைத் தேர்ந்தெடுத்துக் கொள்ளமுடியலாம். ஜவ்வு மாதிரி இறகுகள் முளைத்த நிலையை, நான் இப்போது அடைந்துவிட்டதாக எண்ணியே மேலும் அவரைத் தொட்டேன்.

அவர் என்னைப் பார்க்கவில்லை. ஆனால், நான் தொட்டதை உணர முடிந்தது அவருக்கு. வலது பின் தோளில் வைத்த கையை முதுகு முழுவதிலும் படர்த்தி, அவரது இடப்புறமாக வந்து நின்ற போது அவர் எதுவும் சொல்லாமல், முன்பக்கம் மட்டும் மறைக்கிற படி துணியைச் சுருட்டிக்கொண்டு, அறையைப் பார்க்க என்னுடன் நடக்க ஆரம்பித்தார்.

"உங்க வீட்டுல யாரும் இப்படி இருந்தாங்களா?" வீரராஜ் தரையில் பாயை விரித்தபடி கேட்டார். சற்று நேரத்துக்கு முந்திய கத்தலுக்கான வெட்கம் இருந்தது குரலில்.

நான் ஒன்றும் பதில் சொல்லவில்லை. ஒரு விநாடி என்னையே அப்படிக் கற்பனை செய்து கொண்டேன். வீரராஜ் போல கதிரேசன் என்னைப் பார்த்துக் கத்துவானோ?

"உங்களுடன் சண்டை போடுவது போலச் சொப்பனம் கண்டேன்" என்று முன்பு ஒரு கடிதத்தில் எழுதியிருந்தான். "உங்கள் மீது எனக்கு நிறையக் கோபமுண்டு. இப்போது சற்றுக் குறைந் திருக்கிறது" சமீபத்தில் எழுதியிருக்கிறான். என்னுடைய பிறந்த

தினத்துக்கு வாழ்த்துச் சொன்ன கடிதத்தில் இதையும் ஏன் எழுதி யிருக்க வேண்டும். எழுதாமல் இருந்திருக்கலாம்.

கதிரேசனுக்கு மழைபார்க்க எல்லாம் நேரம் இருக்குமா? மழை பெய்யும்போது ஊர் ஞாபகம் எல்லாம் வருமா? என்னுடைய வேலை காரணமாக ஏழெட்டு ஊர் மாறினதற்கு இடையில், அவனுக்கு எந்த ஊர் ஞாபகம் மழை பெய்யும் போது வரும்?

ஒரு வெயில் பிளக்கிற ஊர் அல்லது அதன் பளீர் தெரு அல்லது ஊருக்கு வெளியே உள்ள மொட்டைக் கோபுரத்தில் நிற்கிற வெள்ளாட்டுக் குட்டி ஞாபகம் எல்லாம் வராது என்பது நிச்சயமா என்ன?

இப்படி யோசிக்கிற இந்த விநாடியில் தண்டவாளங்களின் ஞாபகமும் அவுரிப் பூக்களின் ஞாபகமும் எப்படி எனக்கு வருகிறது? சின்னம்மை உடம்பை வாங்குவதற்குக் காத்திருந்த மார்ச்சுவரி ஞாபகம் ஏன் வருகிறது?

கிழித்துப் போட்ட சீட்டுக்கட்டுகள் ஒரு துண்டில் ஆடுதன் ராணியின் சிவப்புத்தலை எங்கிருந்து ஞாபகத்துக்கு வந்தது? மழைக்கும் இவற்றுக்கும் என்ன சம்பந்தம்? சம்பந்தமே இல்லை என்பதுதான் ஒரே சம்பந்தமா? வீரராஜ் அப்பா என்ன செய்கிறார் என்று அறைக்குள் பார்த்தேன்.

"இந்த ஒரு சன் டே மாத்திரம் அவரைப் பார்த்துக்கிடுங்க. ஊர் வரைக்கும் போயிட்டு வந்திருதேன். ஒரு கேதம் இருக்கு" என்று வீரராஜ் நேற்றுச் சொல்லிவிட்டுப் போனார். எனக்கு வீரராஜ் அப்பாவுடன் இப்படித் தனியாக இருப்பதில் ஒரு விருப்பம் கூட இருந்தது.

ஒரு மனநலக் காப்பகத்தின் அடுத்தடுத்த படுக்கை வாசிகள் நாங்கள் என்று நினைத்துக் கொண்டேன். டிரான்சிஸ்டரில் செய்திகள் கேட்கும் போது, அவர் என் பக்கம் வந்துவிட்டுப் போனார். அகில பாரத சங்கீத நிகழ்ச்சியின் சந்தூர் இசை அவரை ஒன்றும் செய்ய வில்லை.

நான் காற்றுக்காகத் திறந்து வைத்திருந்த என் பக்கத்துச் ஜன்னல் கதவுகளைக்கூட அவரே சாத்தியபோது நான் எந்த மறுப்பும் சொல்ல வில்லை. இன்னொரு நபருடனான வாழ்வில், மறுப்புக்கான அனுமதி இருவருக்குமே இல்லை என்ற யோசனையில் நான் இருந்தபோது அவர் தூங்கிவிட்டிருந்தார்.

வண்ணதாசன் | 43

நடுஇரவில் மழைச்சத்தம் கேட்டுத்தான் விழித்தேன். ராத்திரி ஆரம்பித்த மழைதான் இன்னும் விடவில்லை. சம்பளம் வாங்கியதும் ஊருக்குப் போகும்போது மகமாயியிடம் மழையைப் பற்றிப் பேசலாம். வீரராஜ் அப்பாவைப் பற்றிப் பாதிதான் சொல்லியிருக்கிறேன். உடம்புக்குச் சரியில்லாதவர் என்று மட்டும்தான் என் தகவல்.

"மூணு பேருக்கும் இடம் போதுமா?" என்று மட்டும் மகமாயி கேட்டாள்.

"வயசாளிக்கும் கைப்பிள்ளைக்கும் எவ்வளவு இடமிருந்தாலும் காணாது" எனறு அவளே மீண்டும் சொன்னாள்.

"எல்லாத்தையும் நீயே சொல்லி முடிச்சிரு. எனக்கு ஒண்ணும் பாக்கி வைக்காதே..."

"அவங்கவங்க சொன்னது அவங்க அவங்களுக்கு. நீங்க இப்போ ஏதாவது சொன்னீங்க என்றால், அது உங்கள் பாக்கி. அவ்வளவு தான்!" மகமாயி சொல்லி முடித்தாள்.

சரியாகத்தான் தோன்றியது. ரொம்பவும் நெருக்கமானவர் களிடம் அல்லது நெருக்கமான இடங்களில் வார்த்தைகள் நம்மை யறியாத வெளிகளுக்கு இட்டுச் சென்றுவிடுகின்றன. அலுவலகக் கடிதங்களில் இது வாய்ப்பதில்லை!

பரசுராமன் சார் ஒரு தடவை தன்னுடைய கண்ணாடித் தடுப்பறைக்குக் கூப்பிட்டார். "இதை நீங்கள்தானே டிராஃப்ட் செய்தீர்கள்?" என்று கேட்டார். "மிகச் சுருக்கம், மிக நேர்த்தி. பாராட்டுக்கள்" என்று கைகொடுத்தார்.

புரட்டிப் பார்த்தால் பரசுராமன் சாரின் கைதான் இன்னும் உள்ளங்கையில் மோதிர அழுத்தங்களுடன் தங்கியிருக்கிறது. உள்ளங் கையைக் குவித்தும் விரித்தும் பார்க்கப் பார்க்க, ஒரு பறவை கூடு கட்டுவதற்குச் சுள்ளிகள் அடுக்கினது மாதிரி குறுக்கு மறுக்குமாக ரேகைகள் மடங்கின.

எங்கோ நாய் குரைக்கிற சத்தம் கேட்டது.

வீட்டுச் சொந்தக்காரர்கள் கீழ்வீட்டில் இருக்கிறார்கள். டோனி என்பது அவர்கள் வளர்க்கிற பாமரேனியன் நாயின் பெயர். அநேகமாக அதை அவர்கள் கட்டிப் போடுவதில்லை.

இந்த மழையின் மீதிருந்த கவனம் கொஞ்சம் கொஞ்சமாக மாறி, முற்றிலுமாக நாய்க்குரைப்பின் மீது சென்றுவிட்டது. மழைத் தாரைகளின் ஊடே அந்தக் குரைப்பு தெறித்துக் கொண்டிருக்க,

சங்கிலிக் குலுங்கலும் கழுத்துப் பட்டையுமாக அது இருக்கிற திசையைப் பார்வை தேட ஆரம்பித்துவிட்டது.

இரண்டு ஆட்டோக்கள், சினிமாச் சுவரொட்டி ஒட்டப்பட்ட மருதமரம், உட்கார்ந்து புத்தகம் வாசிக்கிற அண்ணா சிலை, அதற்கு அப்புறம் என்று மாடியிலிருந்தே அந்தச் சத்தத்தைக் கண்டு பிடித்துவிடும் விளையாட்டில் இறங்கிவிட்டேன்.

கனத்த சங்கிலியின் தேய்வும் குரைப்புமாக அது மழையை விட அடர்த்தியாகிக்கொண்டு வந்தது. வளர்த்தியும் சதையுமாக இருக்கிற ஒரு நாயின் ஊளையாகவும் குரைப்பாகவும் மாறிமாறி இடம் பெயர்ந்து துரத்தியதில் மழை கடிபடாமல் தப்பித்து விலகி விலகித் தரையில் விசிறி ஓடியது. சிவந்த வாதாம் இலை, பாலிதீன் பைகள் எல்லாம் தன்வசமற்று மிதந்து நகர ஆரம்பித் திருந்தன.

வீரராஜ் அப்பா அறைக்குள் தரையில் உட்கார்ந்து இருந்தார். அன்றன்றைக்கு மீந்து போகிற சில்லரைகளை நான் போட்டு வைத்திருக்கிற அகன்ற பீங்கான் கிண்ணத்தை அவர் கீழே கொட்டிக் கொண்டு அதை நாணயவாரியாகப் பிரித்து, சிறு தூண்களாக அடுக்கியபடி இருந்தார்.

அவ்வளவு முதிர்ந்த மனிதர் ஒருவர், எந்த நோக்கமும் இன்றி இப்படிச் சில்லறை, நாணயங்களை அடுக்கிக்கொண்டு உட்கார்ந் திருக்கிற விதம், இந்த விடாத மழை, தொடர்ந்த நாய்க்குரைப்பு, தரையில் இழுபடுகிற சங்கிலிச் சத்தம் இவற்றுக்கெல்லாம் அர்த்தம் உண்டா? எந்த நேர்க்கோட்டில் இவை எல்லாம் வருகின்றன? ஒரு ஞாயிற்றுக்கிழமை முற்பகலின் நகரும் கடிகார முட்களுக்கிடையில், இவற்றின் நகராத தன்மைகள் எதைத் தீர்மானிக் கின்றன.

வீரராஜ் அப்பாவுக்குத் தேநீர் பிடிக்கும். வேண்டுமா என்று கேட்ட போது அவர் ஒரு தடவைகூடத் தேநீரை நிராகரித்ததில்லை. இரண்டு பேருமாகத் தேநீர் சாப்பிடலாம் என்று தோன்றியது.

புத்தக மூலையை மடித்து வைப்பது போல, மூன்றாவது வீடுவரை நாய்க் குரைப்பை அடையாளம் வைத்துவிட்டுப் பிரம்பு நாற்காலியை விட்டு எழுந்திருந்தேன்.

வராந்தாவில் செருப்புகளின் பூஞ்சான் வாடை அடித்தது.

வீரராஜ் அப்பாவைத் தாண்டிப் போகும்போது, விளை யாட்டுப் போல, ஒரு சிறு தூணாக நின்ற இருபத்தைந்து பைசா நாணய அடுக்கைத் தூக்கிப் பீங்கான் கிண்ணத்தில் போட்டேன். வீரராஜ் அப்பா எதிர்ப்புத் தெரிவிக்கவில்லை. மறுபடியும் அதைத் தரையில்

கொட்டி அவர் அடுக்க ஆரம்பித்தபோது, நான் பால், தேயிலைத் தூள் மற்றும் சர்க்கரையுடன் ஸ்டவ் முன்னால் போயிருந்தேன்.

தேநீர் காட்டமாகவும் சரியாகவும் வாய்த்திருந்தது. எவர்சில்வர் டம்ளர்களைவிட பீங்கான் கோப்பைகளில் தேநீர் பருகுவது உசிதமானது என்று தோன்றியது. கோப்பைகளைத் தேடினேன். கழுவிய பிறகும் பாச்சை வாசம் அடித்தது. சரி என்று எவர்சில்வர் டம்ளர்களிலேயே இரண்டாகப் பகிர்ந்துகொண்டு முன் அறைக்கு வந்தேன்.

சில்லறை அடுக்குகள் மட்டுமே இருந்தன.

வீரராஜ் அப்பாவைக் காணோம். சிறுநீர் கழிக்க மொட்டை மாடிக்குச் சென்றிருப்பாரோ என்று போனேன். போகும்போதே, மொட்டை மாடியில் இருந்து அவர் குதித்திருந்தால் என்ன ஆகும் என்ற பதைப்பு உண்டாயிற்று.

மேலும் இரண்டிரண்டு படியாகத் தாவியேறினால், மொட்டை மாடி முழுவதும் நனைந்து கிடந்தது. கொடியில் முந்தின தினத்தில் உலர்த்தின துணிகள் மேலும் நனைந்திருந்தன. ஒரு பனியன் சொத்தென்று கீழே விழுந்து கிடந்தது. தென்னங் கீற்றின் சருகுகள் வடிகாலை அடைத்துக் கொண்டிருந்தது. பற்பசை வெற்று டப்பா மிதந்து திரும்பியது.

வீரராஜுக்கு நான் பதில் சொல்ல அவசியமாகிவிட்டது என்று தோன்றியது. அவருடைய அப்பாவைத் தேடிக் கீழே இறங்கினேன். படிக்கட்டில் நேற்றிரவு போட்ட விளக்கு அணைக்காமல் எரிந்து கொண்டிருந்தது. சுவரில் கை இழுபடுகிற அவசரத்திலும் மழைப்பாசி வாசம் சுவரில் இருந்து கிளம்பியது. அதன் கரும்பச்சைக்குள்ளிருந்து வீரராஜ் அப்பா வந்துவிட மாட்டாரா என்று தோன்றியது.

இரும்புக் கதவை திறக்கும்போது மருதாணிச்செடி அசைந்தது.

தரையோடு தரையாக உட்கார்ந்து எடுத்த புகைப்படம் போலத் தெரு முற்றிலும் நனைந்து கிடந்தது. கடைசி வரை தெரிய முடிவது போல எந்த நடமாட்டமும் இன்றி தெரு திறந்து கிடந்தது.

நான் கிட்டத்தட்ட ஓட ஆரம்பித்தேன். எவ்வளவு முயன்றாலும் வீரராஜ் முகம்தான் அவருடைய அப்பா முகத்தைக் காட்டிலும் ஞாபகத்துக்கு வந்தது.

சற்று நேரத்தில் அந்தக் குரைப்பு நின்றுவிட்டிருந்ததை முதல் முறையாக உணர முடிந்தது.

சிவப்பு ஓடுகளும் பலாமரங்களும் உள்ள அந்த வீட்டிலிருந்து வீரராஜுவின் அப்பா வெளியேறிக் கொண்டிருந்தார்.

அவிழ்த்துக் கையில் வைத்திருக்கிற சங்கிலியும் நாயுமாக அவர் எங்கள் அறையைப் பார்க்கத் திரும்பிவர ஆரம்பித்த போது, மழை முற்றிலும் ஓய்ந்துவிட்டிருந்தது என்றே சொல்ல வேண்டும்.

ஆனந்த விகடன்
13. 04. 2003

ஒரு முயல் குட்டி
இரு தேநீர் கோப்பைகள்

இந்தச் சாதாரண வாழ்வின் மத்தியில், காதல்தான் அவ்வப்போது சில தேவதைக் கதைகளைச் சொல்கிறது.

யாரோ

எல்லோரும் பி.எஸ்.எஸ். என்று தான் கூப்பிடுவார்கள் போல. பி. ஷரோண் சிறுமலர் என்பதை அலுவலகங்களில் அப்படிச் சுருக்கமாகக் கூப்பிடுவது புதிது இல்லை.

நான் "மலர்" என்று கூப்பிட்டேன். அப்படிக் கூப்பிட்டது அவளுக்குப் பிடித்திருக்க வேண்டும். கையிலிருந்த பேனாவை மேஜையில் வைத்த போது அது உருண்டு விழுந்ததைக் கூடப் பொருட்படுத்தவில்லை. நாற்காலியில் இருந்து எழுந்திருந்து என்னுடைய மேஜைக்கு வரும் வரை மலரிடம் அந்தச் சிரிப்பு அப்படியே இருந்தது.

நீல ஈறுகள் தெரிய ஆண்டு விழா மேடையில் பரிசு வாங்குவதற்கு வருகிற ஒரு பள்ளிக்கூடத்துச் சிறுமியின் சிரிப்பு. கொஞ்சம் வெட்கம், நிறைய சந்தோஷம். உரிய இடத்துக்கு வருவதற்கு முன்பே பரிசு வாங்க நீள்கிற கைகளின் பரபரப்பு அந்த முகத்தில் இருந்தது.

"சொல்லுங்கள் ஸார்" என்றாள்.

அன்றைக்கு அதிகம் ஒன்றும் சொல்லவில்லை. ஆனால், இந்த இருபத்தேழு வருடங்களுக்குப் பிறகு மறுபடியும் இந்த அலுவலகத்துக்கு

வந்து, எங்கெங்கோ போய் விட்டு என்னைப் போல இங்கே ஏற்கெனவே வந்திருக்கிற சிறுமலரிடம் சொல் வதற்கு நிறையவே இருக்கிறது.

"ஒரு சுற்றுச் சுற்றி முடிச்சாச்சா?" மலர் அணிந்திருந்த கண்ணாடியைக் கழற்றிக் கையில் வைத்துக்கொண்டாள். முன்பை விட நேருக்கு நேர் பார்க்கிற கண்கள் இரண்டு பேருக்குமே வந்திருந்தன. அதே சிரிப்பு. அதே நீல ஈறு. மேல் பக்கத்தில் முதல் கடைவாய்ப் பல்லை எடுத்தாயிற்று போல. சிரிப்பு அந்த இடைவெளியில் விழுந்து கொண்டு இருந்தது அப்புறம் போக முடியாமல்.

"ஒரு பெரிய வட்டம்" நான் என் கையில் இருந்த பென்சிலால் காற்றில் ஒரு வட்டம் வரைந்தேன். மலர் உள்ளங்கையில் விரலால் ஒலிம்பிக் வட்டங்கள் போல வரைந்து, "எனக்குச் சின்னச் சின்ன வட்டங்கள்" என்று சிரித்தாள். "இந்த மாவட்டத்தைத் தாண்டலை நான். குண்டு சட்டிக்குள்ளேயே குதிரை. எனக்குச் சேர்த்து அவர் ஊர் ஊராகச் சுத்திக்கிட்டு இருக்கிறார். இப்போ சென்னிமலை."

நான் ஜெயராஜை நினைத்தேன். மலரின் இந்தச் சிரிப்பை அவர் நின்று நிதானித்துப் பார்த்திருப்பாரா? அந்தக் கடை வாய்ப் பல் ஓட்டையைப் பற்றி அவருக்கு என்ன தோன்றியிருக்கும்? ஏன் இப்படிக் கால் தரிக்காமல் சதா ஓடிக் கொண்டிருக்கிறார்? நானும் இதே கிளைக்கு வந்திருக்கிறேன் என்ற தகவலை எப்படி எடுத்துக் கொள்ள முடியும் அவரால்? நிறைய கேள்விகளுடன் மலரையே பார்த்துக் கொண்டிருந்தேன். மலர் சாயமிடுவது இல்லை என்று காதுப் பக்க நரை சொல்கிறது. "நீங்கள் அனுப்பிய அந்த வாழ்த்து அட்டையைப் பத்திரமாக வைத்திருக்கிறேன்." மலர் சொல்லும் போது அவர் விரல்கள் மேஜையில் இருந்த கணினியைத் தட்டிக் கொண்டிருந்தன. திரை முழுவதும் அந்தப் படம் நிரம்பியது.

அந்த நீக்ரோ பெண் படுத்திருக்கிறார். கிட்டத்தட்ட மேல் உடம்பு திறந்திருக்கிறது. இடக் கையைக் கன்னத்தில் ஊன்றித் தாங்கியிருக்க, அப்படியொரு சிரிப்பு முகத்தில். வலக்கையின் அணைப்புக்குள் மார்போடு அந்த வெள்ளைக் குழந்தை கண் இடுக்கியபடி. இடுப்பு வளைவின் பள்ளத்தில் முதுகோடு ஒட்டி உறங்குவதுபோல இன்னொரு வெள்ளைக் குழந்தை. "சில விஷயங்கள் எப்போதுமே எனக்கு அருமையானவை" என்று ஒரு வாசகம் அந்தப் படத்தின்மேல் நகர்ந்துகொண்டே இருந்தது.

நான் அந்த வாழ்த்து அட்டையை அனுப்பும்போது ஒரு வரி எழுதியிருந்தேன். "மலர், உங்களை எங்கே அந்த ஆக்லேண்ட் புகைப்

படக்காரரால் பார்க்க முடிந்தது?" என்று. அப்படித்தான் எனக்குத் தோன்றியது. அந்தச் சமயத்தில் மலருக்கு இரட்டைக் குழந்தைகள் வேறு பிறந்திருந்தன. மிகப் பொருத்தமான அட்டையை அனுப்பி விட்ட சந்தோஷம் எனக்கு.

"ஜெயராஜால் அதை வெறும் வாழ்த்து அட்டையாக மட்டும் பார்க்க முடியவில்லை" என்று மலர் அழுதுகொண்டே பேசும் போது, எனக்கு எதிரே இரண்டு மூன்று வாடிக்கையாளர்கள். எங்கோ இருந்துகொண்டு தொலைபேசியில் அழுகிற குரலை ஒதுக்கவும் முடியவில்லை. ஒரு குறிப்பிட்ட நேரத்துக்கு மேல் தொடர்ந்து கேட்டுக் கொண்டே வேலை செய்யவும் இயல வில்லை.

"சாயந்திரம் பேசுகிறேன் மலர்" என்றேன்.

"அந்தச் சாயந்திரம் வரவே வராது" என்று மறுபக்கத்தில் குரல் அறுந்தது.

அதற்கப்புறம் மலர் பேசவில்லை. நான் பேசினால்கூட, தவிர்ப்பது போலத்தானிருந்தது. வெவ்வேறு இரண்டு வருடங் களில் கையெழுத்து எதுவும் இடாத வாழ்த்து அட்டைகள் வந்தன. அநேகமாக அவற்றை மலர்தான் அனுப்பியிருக்க வேண்டும்.

நல்ல வாழ்த்து அட்டைகளைச் சேகரிக்கிற என்னுடைய மகளிடம் அந்த இரண்டாவது வாழ்த்து அட்டை ரொம்ப காலம் இருந்தது.

முகப்புப் பக்கத்தில் தனித்தனியாக இரண்டு பீங்கான் தேநீர்க் கோப்பைகள். வழுவழுப்பான முட்டை வெள்ளை நிறத்தில், உட்பக்கத்தில் அதே பீங்கான கோப்பைகள் ஒன்றுக்குள் ஒன்றாக, சற்றுச் சரிந்து சாய்வாக.

"நாம் அடிக்கடி பேசுகிறோம்

எப்போதும் பேச முடியுமா?

நாம் அடிக்கடி கனவு காண்கிறோம்

எப்போதும் காண முடியுமா?

நாம் பகிர்ந்து கொள்கிறோம்

நாம் இணைந்திருக்கிறோம்

எப்போதும் முடியுமா?"

ஒரு பேனாவால் எழுதப்பட்டவை போன்ற இந்த அச்சு வரிகளின் கீழ் எந்தக் கையெழுத்துமில்லை. ஆனால், ஒரு நீல ஈறு தெரிகிற சிரிப்புத் தெரிந்தது எனக்கு.

"என்னிடமும் அந்தப் பீங்கான் கோப்பைகள் இருக்கின்றன" இதை மலரிடம் சொல்லும்போது கணகணவென்று குரல் எரிந்தது. முட்செடிகளில் மாட்டிக் கொண்டிருக்கும் பாலித்தீன் பைகள் வெயிலில் மினுமினுத்து உப்பி அசைவது போலிருந்தது. அலுவலகத்தின் எதிர்ச் சுவரில் ஒரு குழல் விளக்கு அணைந்து அணைந்து எரிந்தது. சம்பந்தமே இல்லாமல் இடக்கை விரல்களை விறைப்பாக நீட்டி, சரியாகப் பொருந்தியிருந்த மோதிரத்தை ஒரு தடவை முழுவட்டமாகச் சுழற்றி நிமிர்த்தினேன். "சுகுணா விடம் இருக்கிறது அது" என்றேன்.

"சுகுணாவுக்குக் கல்யாணம் ஆகிவிட்டதல்லவா?" மலர் கேட்கும் போது "பேத்தி இருக்கிறாள்" என்று சொன்னேன். என் மகளின் திருமணப் பத்திரிகை கிடைத்ததா என்று கேட்கவில்லை. மிகச் சரியான முகவரிகளுடன் அலுவலகத்துக்கும் வீட்டுக்கும் இரண்டு அனுப்பி வைத்திருந்தேன். கிடைத்திருக்காமல் போகாது.

"முருகேச பாண்டியன் கல்யாணத்துக்குக் குடும்பத்தோடு வந்திருந்தீங்க. சுகுணாவுக்கு உங்க ஜாடை. முகத்தைப் பொத்திக் கிட்டுக் கண்ணை மாத்திரம் காட்டினாலே அடையாளம் தெரிஞ்சுடும்."

"சுகுணாவுக்குக் கண்ணுன்னா உங்க பசங்களுக்குச் சிரிப்பு."

"என் சிரிப்பை நீங்கதான் மெச்சிக்கிடணும்." மலர் இப்போது கண்ணாடியை அணிந்துகொண்டார். சிரித்தார். "ரெண்டு பேரிலே சின்னவன் பல் டாக்டருக்குப் படிக்கிறான். இந்த வருஷம் முடியுது."

"யாரு பெரியசாமி வீட்டில் முயல் குட்டி பிடிச்சானே அவனா?" என் குரல் சற்று அதிகமாகியிருக்க வேண்டும். சந்தோஷம் சில காரியங்களைச் செய்கிறது.

பக்கத்துத் தடுப்பிலிருந்த பெண் எங்களை ஏறிட்டுப் பார்த்து விட்டுச் சிரித்தது. மலர் அந்தப் பெண்ணைப் பார்த்து,

"ஒண்ணுமில்லை லல்லி. ஆட்டோ கிராஃப்" என்று இரண்டு கைகளால் அந்தரத்தில் திரைப்படக் கட்டம் கட்டிப் பதிலுக்கு சிரித்தார்.

பெரியசாமியின் மனைவி இறந்த தினம் அது. ஒரு சனிக்கிழமை. அலுவலகத்துக்குச் சனிக்கிழமைகளில் குழந்தைகளை அழைத்து வருகிற பெண் ஊழியர்களை யாராவது தடுத்திருக் கிறார்களா? மேலும், அலுப்பூட்டும் லெட்ஜர்களையும், ஃபைல் களையும், டைப்ரைட்டிங் மிஷின்களையும்விட ஒரு குட்டிப் பெண்ணோ பையனோ நடமாடுகிறபோது நமக்கும் இதமாகத் தானே இருக்கும்.

வண்ணதாசன் | 51

துக்கம் விசாரிப்பதற்காக அலுவலகத்திலிருந்து எல்லோரும் ஒரு வேன் அமர்த்திப் போயிருந்தோம். பத்து, இருபது கிலோ மீட்டர் உள்ளடங்கின கிராமம் அது. செங்கல் சூளை, வாழைத் தோப்பு, நாவல் மரம், மருதமரம் எல்லாம் தாண்டி வீடு இருந்தது.

காலையில்தான் எல்லாம் முடிந்திருக்க வேண்டும். திண்ணையில் மர பெஞ்சுகளில் உட்கார்ந்திருந்தவர்கள் எங்களைப் பார்த்ததும் எழுந்திருந்து வேப்ப மரத்தடிப் பக்கமாகப் போய் நின்று கொண்டார்கள்.

பெரியசாமி வீட்டுக்குள்ளிருந்து வெளியே வந்தார். முகம் மிகவும் நொறுங்கிப் போயிருந்தது. யாரையும் ஏறிட்டுப் பார்க்க வில்லை. ஒரு சிவப்புக் குற்றாலத்துத் துண்டால் வாயைப் பொத்திக் கொண்டு அவர் அழுததைப் பார்க்கத் தாங்க முடியவில்லை. நான் எழுந்துபோய் அவரைத் தாங்கலாகக் கூட்டி வந்து கொண்டிருக்கிறேன்.

அந்த வெள்ளை முயல் குதித்துக் குதித்து வெளியே வந்தது அப்போதுதான். இரும்பு வாளிகள், தண்ணீர்க் கொப்பரைகள் பக்கமாக முதலில் அது போய் நின்றது. மறுபடியும் குதிக்கிறது. இப்போது இரட்டை மயில் வரையப்பட்ட பீரோவின் அருகில் சற்றுநேரம்.

“இதை யாராவது பிடிச்சுக்கிட்டுப் போங்க தாயி” என்று தண்ணீர் பெருகிக் கிடந்த தளச்செங்கல்லைப் பார்த்துக் கொண்டே, நரைத்த மீசை ஒதுங்க ஒருவர் உள்ளே பார்த்துச் சத்தம் கொடுக்கிறார். காந்தி படம் போட்ட கதர்க்கடை ஸ்க்ரீன் துணி விலகி மறுபடி மூடிக் கொள்கிறது.

மலரின் மடியில் உட்கார்ந்திருந்த பையன் எழுந்திருக்கிறான். அந்த முயல் குட்டி பக்கமாக ஓடும்போது மலர் மீண்டும் மீண்டும் கூப்பிடும் குரலில் ஒரு நெருக்கடியான வெட்கமிருந்தது. அது எல்லாம் சின்னப் பையன் காதில் விழுமா? குதித்துக் குதித்துப் போக்குக் காட்டியபடி முயல் நகர்கிற இடத்துக்கெல்லாம் அவனும் போகிறான். தன்னிடம் வந்து விடும்படி மீண்டும் கூப்பிடும்போது, எல்லோர் முகத்திலும் ஒரு சிரிப்பு கிட்டத்தட்ட தெரிந்தது. பக்கவாட்டில்தான் வைக்கோல் படப்பு. முயல் அங்கே போகும்போது, பின்வாசல் வழியாக வந்த யாரோ அதைப் பிடித்துக் கொண்டுபோவது சேலை விசிறலில் தெரிந்தது.

“ஆமாம். அவனேதான். இப்போ ஆறடி இருப்பான்” மலர் என் தோளையோ, தலையையோ பார்த்து உயரம் சொல்வது போல அவருடைய பார்வை உயரத்தில் நகர்ந்தது.

“சுந்தரமும் நல்ல வளர்த்திதான்.” என் பையனைப் பற்றிச் சொல்லி முடிப்பதற்குள் “இந்தக் காலத்துப் பசங்களே அப்படித்தான். சின்னவங்க ரெண்டுபேரும் பத்துதான் படிக்கிறாங்க. இப்பவே என் தோளுக்கு இருக்கிறாங்க.” மலர் கணினிப் பக்கம் திரும்பி விரலால் தட்டினார். மறுபடியும் அந்த நீக்ரோ பெண். கைக்குள் ஒன்று, இடுப்பில் ஒன்றாகத் தூங்குகிற குழந்தைகள். அந்தப் பெண்ணின் சிரிப்பு. “சில விஷயங்கள் எப்போதும் எனக்கு அருமையானவை” என்று நகரும் வரி.

மலருக்கு மறுபடியும் இரட்டைப் பிள்ளைகள்தான். இரண்டுமே பையன்கள்தான். எனக்கு எல்லோரையும் பார்க்க வேண்டும் போல இருந்தது. பல் டாக்டருக்குப் படிக்கிற மலரின் மகனுக்கு அந்த முயல் குட்டி ஞாபகம் இருக்குமா? என் முகம் யாருக்காவது அடையாளம் தெரியுமா? கடைசி இரண்டு பையன்களையும் நான் பார்த்ததே இல்லை. அவர்களுடைய உலகம் வாழ்த்து அட்டைகளாக இராது. வீடியோ விளையாட்டுக்களாக இருக்கும். எஸ்.எம்.எஸ். உரையாடல்களாக இருக்கும். அல்லது இமெயில்களாக, பாடல்களாக இருந்தால் நல்லது. எவ்வளவோ நல்ல தகடுகள் வந்துவிட்டன.

“மலர், ஞாயிற்றுக்கிழமை வீட்டிலதானே இருப்பீங்க?” என்னுடைய கேள்வியின்போது ஒவ்வொன்றாகக் கணினியிலிருந்து மலர் வெளியே வந்து கொண்டிருந்தார். “ஆமாம்” என்பதுபோல அவரிடம் ஒரு தலையசைப்பு மட்டும இருந்தது.

“உங்க பையன்கள் எல்லோரும் இருப்பாங்க இல்லியா?” மலர் இழுப்பறையை ஒழுங்கு செய்தார். நாற்காலியை உந்திப் பின்னுக்குத் தள்ளினார். சற்று வலப்பக்கமாகச் சுழன்று சில காகிதங்களை அடுக்கினார். சாப்பாட்டுப் பாத்திரத்தைப் பையில் வைத்துக் கொண்டே “லலிதா போயிடுச்சா?” என்று பக்கத்துத் தடுப்பைப் பார்த்தார்.

பதிலை எதிர்பார்ப்பது போல நின்று கொண்டிருந்த என்னிடம் “பெரியவங்க ரெண்டு பேரும் இருப்பாங்களான்னு தெரியலை” என்றார். பார்வை என் முகத்தைப் பார்க்காத கோணத்தில் இருந்தது.

“கடைசிப் பையங்க இருப்பாங்க இல்லையா? அவங்களை நான் பார்க்கிறதுக்கு வரலாம்னு நினைக்கேன்.” நான் இதைச் சொல்லும் சமயம் அந்த வெள்ளைவெளேர் என்கிற இரண்டு பீங்கான் கோப்பைகளும் மனதில் தெரிந்தன.

பையை எடுத்துக்கொண்டு புறப்படுவது போன்ற அவசரத் துடன் மலர் இருந்தார். தேன் நிறத் தண்ணீர் பாட்டிலை எடுத்துத்

தண்ணீர் குடித்தார். ஒரு நாடா போலத் தொய்ந்து தொங்குகிற பட்டையுடன் தோள்பையைத் தன் இரண்டு கைகளுக்குள் வைத்திருந்த மலர், கும்பிடுவதுபோல உயர்த்தி வாயோடு புதைத்துக் கொண்டு சொன்னார்.

"தயவுசெஞ்சு வீட்டுக்கு வராதீங்க. அவருக்குப் பிடிக்காது." கசங்கி மடங்கிய அந்தக் கருப்புப் பைக்குள்ளிலிருந்து உருவிப் போடுவது போல மலரின் குரல் அமுங்கி அமுங்கி என்முன் விழுந்தது.

"என்னைத் தப்பா நினைச்சுக்கிடாதீங்க." இதைச் சொல்லும் போது கசிந்த கண்ணீரைத் தேய்த்துக் கொள்ள, மலரின் முகம் தோளின்மீது புரண்டது.

அந்த முயல் குட்டிபோல குதித்துக் குதித்து எங்கோ போய்க் கொண்டிருப்பது மலரின் சிரிப்பாகத்தான் இருக்கும்.

கல்கி 23-09-2007

அணில் நிறம் அல்லது நிறங்கள்

இந்தத் தடவையும் மாரிச்சாமியைப் பார்க்க முடியவில்லை.

"மீன் வாங்கிட்டு வாரேன்னு சொல்லிட்டு எட்டு மணி நியூஸ் ஆரம்பிக்கும்போது போனாங்க. இன்னும் ஆளைக் காணோம். எங்க நின்னு யாருகூடப் பேசிக்கிட்டு இருக்காங்களோ. பேச்சுன்னாத் தான் அன்னம் தண்ணியே மறந்துபோகுமே எல்லாத்துக்கும்!" மாரிச் சாமியின் மனைவி, முருங்கைமரத்தின் தணிந்த கிளையில் வீடு துடைத்த துணியைப் பிழிந்து காயப் போட்டுக்கொண்டிருந்தாள். குரல் மட்டும் திரித்திரியாகத் தொங்குகிற முருங்கைப் பிஞ்சுகளில் மோதி என் பக்கம் வந்து சேர்ந்து கொண்டிருந்தது.

"அவனைப் பத்திப் பேசிக்கிட்டு இருக்கும்போது, எல்லாத் தையும் எதுக்கு வம்புக்கு இழுக்கணும்" என்று நான் கேட்கையில், மாரிச் சாமியின் மனைவிக்குச் சிரிப்பு வந்தது.

"சிரிக்கிறது எல்லாம் சரிதான். திருவிழாவுக்குக் கொடி ஏற்றின மாதிரி உங்க வீட்டுப் பீதாம்பரத்தை இப்படி முருங்கை மரத்தில் தோரணம் கட்டணுமா? இந்தப் பக்கம் தவ்வணும்னு வந்த அணில் பயந்துபோய் அந்தப் பக்கம் போய்ச் சத்தம் போட்டுக்கிட்டுக் கிடக்கு"

நான் எழுந்துபோய் அதை எடுத்துக் காம்பவுண்ட் சுவர் மேல் காயப் போட்டுவிட்டு வந்தேன். நாலா பக்கமும கோட்டை கட்டினது மாதிரி வீடுகளாக நிரம்பிக் கிடக்க, காம்பவுண்டுக்கு அந்தப்புறம்

மட்டும் ஒரு காலி மனை. எருக்கலஞ்செடி முளைத்துக் கிடந்தது. காலி மனை என்று கூடச் சொல்லக்கூடாது.

'அஸ்திவார மட்டத்துக்குச் செங்கல் கட்டுமானம் இருக்கிற இடம் எப்படிக் காலி மனை ஆகும்!'

"காப்பி சேர்த்துத் தரட்டுமா, இல்லை அவங்க வந்துரட்டுமா?" என்று என்னிடம் கேட்கும்போதே, ஆங்கில தமிழ்த் தினசரிகள் வெளித் திண்ணைக்கு வந்திருந்தன.

மாரிச்சாமி வீட்டில் இந்த வெளித் திண்ணை எனக்கு ரொம்பப் பிடித்த இடம். ரயில்வே ஸ்டேஷன் திண்டைவிடக் கொஞ்சம் அகலம் கம்மி. ஆனால் வழுவழுப்புக் கூட. ஒரு வேப்பமரம் இல்லாமல் போயிற்று.

திண்ணையின் முனை பெயர்ந்து கொறுவாயாகி இருக்கிற இடத்தில் தெரிகிற செங்கல் சிவப்பு மேல் தற்செயலாக ஒரு தடவை சொட்டுச் சொட்டாகத் தண்ணீர் விட்டிருக்கிறேன். சொட்டு உறிஞ்சப் படுகிற, ஈரம் உலர்கிற விதத்தை மாரிச்சாமியின் பெரிய பையனும் பார்த்துக் கொண்டு இருந்தான் போல.

"நல்லா இருக்கு அல்லவா" என்று என்னைப் பார்த்துச் சொன்னவன் மாரிச்சாமியிடம் "அப்பா அதுக்குத் தண்ணி தவிச்சிருக்கு" என்றான்.

மாரிச்சாமி என்னைப் பார்த்தான் சந்தோஷமான கண்களுடன்.

"இங்க வா" நான் மாரிச்சாமியின் பையனைக் கூப்பிட்டு அப்படியே இழுத்து அணைத்துக் கொண்டேன்.

"அவன் எங்கே?" என்று கேட்டேன். என் கை பெரியவனின் இடுப்பு உயரத்தில் குப்புற நின்றது.

"யாரு தம்பியா?" என்றான்.

நான் தலையை ஆட்டினேன்.

"அவன் கோழிக்குஞ்சு கூட விளையாடிக்கிட்டு இருப்பான்."

"கலர் கோழிக்குஞ்சா?" எனக்குச் சந்தை வாசலில் விற்கிற கோழிக் குஞ்சுகள் ஞாபகம் வந்தன.

"சை. கோழிக்குஞ்சு எப்படிக் கலரா இருக்கும். அது வெள்ளையாத் தான் இருக்கும்."

"கருப்பா இருக்காதா?"

"இருக்கும்."

"கருப்பு வெள்ளை எல்லாம் கலர் இல்லையா?"

"அது நிஜக் கலர். சிவப்பு, ஊதா, மஞ்சள் எல்லாம் பொய்க் கலர்."

"எது நிஜம், எது பொய் என்று அடுத்த கண்ணி போல, இந்த இடத்தில் அவனிடம் கேட்கலாமா என்று தோன்றியது. கேட்க வில்லை. வாசல் வழியாக வீட்டுக்குள் வந்து கொண்டிருந்த தெரு நாயைத் துரத்துவதற்காக அவன் வெளியே ஓடினது நல்லதாகப் போயிற்று. இன்றைக்கு அந்தப் பயலாவது இருந்திருக் கலாம். மாரிச்சாமி மீன் வாங்கப் போனாலும் சரி, திமிங்கல வேட்டைக்குப் போனாலும் சரி. ஒன்றுமில்லை.

"தங்கப் பாண்டிய எங்கே காணோம்?" நான் செய்தித் தாட்களைப் பிரிக்கக்கூட மனதில்லாமல் உட்பக்கம் பார்த்துக் கேட்டேன்.

"ஏன் பெட்டிக்கடைக்கு அனுப்ப ஆள் தேவைப்படுதோ?" உள்ளே இருப்புச் சட்டியில் தாளிக்கிற சத்தம், கண் அகப்பை புரள்கிறது எல்லாம் கேட்டது. எப்போது சத்தம் நின்றது. தீப்பெட்டியும் மாரிச்சாமி புகைக்கிற சிகரெட் பாக்கெட்டும் திண்ணைக்குப் பக்கத்து நடைக்கு வந்தது என்று கவனிக்கவில்லை. பசலிக் கொடியின் நுனியிலிருந்த மிகச் சமீபத்திய இலைகள் அப்படி மினுமினுத்தன.

"வாங்கப் போகிறது கால் கிலோ மீனு. இதுக்கு அவருக்கு வலதுபுறம் ஒருத்தன். இடதுபுறம் ஒருத்தன்னு பாரா போட்டுக் கிட்டுப் போயிருக்காங்க!"

சிகரெட் புகையை முழுவதாக உள்ளே இறக்கி விட்டு, கழுத்தைச் சற்றுத் திருப்பி வெளியே ஊதினேன். அடுத்த வீட்டில் சைக்கிளை ஸ்டாண்ட் போட்டுக் கொண்டிருந்தவர் என்னையே பார்க்கிறது மாதிரி இருந்தது.

"மாரியாவது மீன் வாங்குகிறதுக்குக் கூட்டிக் கிட்டுப் போயிருக்கான். ரெண்டு பசங்களையும் நான் என்றால் மீன் பிடிக்கவே கூட்டிக் கிட்டுப் போயிருப்பேன்."

நானும் மாரிச்சாமியும் பேட்டைக்குளத்தில் எவ்வளவு மீன்கள் பிடித்திருப்போம். அரசடிப் பாலத்து வாய்க்கால் பாலத்தில் உட்கார்ந்து மீன் பிடிக்கிறவர் எல்லாம் இப்போது இருப்பாரா? தூண்டில் வீசி மீன் பிடிப்பது அல்லது தூண்டில் போட்டுக் காத்திருப்பவரைப் பார்ப்பது கூட நம்மை என்னவோ செய்கிறதே ஏன்? இப்போது,

இந்த நிமிஷத்தில் மீன் பிடித்துப் போடுகிற குடுவையை யாராவது கொண்டுவந்து காட்ட மாட்டார்களா?

லியாகத் அலி மாதிரி, நிஸார் அகமது மாதிரி வாளை வைத்துக் கொண்டு மீன் வெட்டுவது, விலாங்கு பிடிப்பது எல்லாவற்றையும் விட, தணிந்து கிளி மூக்கு மாங்காய்கள் தொங்குகிற, குறண்டி வாய்க்கால் நிழலில் எந்தச் சத்தமும் அற்றுத் தூண்டிலுடன் உட்கார்ந்திருப்பது எவ்வளவு ஆழமானது.

கோரம் பாய்களை வாய்க்காலில் அலசுகிற படியில் குழந்தைகளை உட்கார்த்தி வைத்து அரப்புத் தேய்த்துக் குளிப்பாட்டுகிற கத்திரிப் பூக்கலர் பீங்கான் அடுக்குச் சட்டியில் சாப்பாடு கொண்டு வந்து கைப்பிள்ளையும் தானுமாகச் சாப்பிடுகிற அந்தப் பெண் இதுவரை எத்தனை ஆயிரம் பீடிகள் சுற்றியிருப்பாள்.

செலுலாயிட் பொம்மை மாதிரி அல்லி இலையோடு இலையாகக் கிடந்த பச்சைக் குழந்தையைத் தொப்புள் கொடி அறுக்காமல் தண்ணீரில் வீசியது யார்?

நிற்காத தறிகளின் சடசடப்புக்குள் இதன் முதல் அழுகைச் சத்தம் முங்கிப் போயிற்றா? அந்தக் கீற்றுக் கண் சற்று விரிந்தால், அந்த வெளிறின உள்ளங்கை விரல்களின் மாயப்பூட்டுத் திறந்தால் எப்படி இருக்கும்.

"செல்லத்தாய் அக்கா இல்லையா?"

நான் குவிந்து சுருங்கியிருந்த அந்த உள்ளங்கையில் இருந்தும் அல்லித் தண்டிலிருந்தும் அதிர்ச்சியுடன் என்னை விலக்கிக் கொண்ட போது எதிரே நின்ற பெண் மீண்டும் என்னிடம் கேட்டது.

"செல்லத்தாயக்கா உள்ளே இருக்காங்களா?"

சில சமயம் பதிலின் பக்கத்தில் உடனடியாக வரமுடியாத தூரத்திற்குப் போய் விட்டிருக்கிறோம். நாம் அப்படி வந்து சேர்வதற்குள், கேள்வி கேட்டவர்கள் அகன்று விடுகிறார்கள்.

இந்தப் பெண்ணும் என்னைத் தாண்டிப் போய்விட்டது. போவதற்கு முன் உலர்ந்த பார்வையுடன் கவனித்தது. "உள்ளே போய் நானே பாத்துக் கிடுதேன்" என்று சொல்லும்போது படியேறி விட்டது. ஏறுகிற குதிகால் பாதத்தில் வெங்காயத் தொலி அப்பிக் கொண்டிருந்தது.

இந்தப் பக்கம் திரும்பினால் மறுபடியும் அவரே நின்று கொண்டு இருக்கிறார். என்னைப் பார்க்கவில்லை. அந்தக் காலி மனையைப்

பார்க்கிற மாதிரியிருக்கிறது. ஆனால் அதையும் பார்க்கவில்லை என்று சொல்லும்படியாகவே அவருடைய தோற்றம் இருந்தது.

கைகள் மடங்கி உயர்ந்து வாசல்படியின் மேல் சட்டத்தைப் பிடித்துக் கொண்டிருந்தன. எங்களுடைய தெருவில் நடக்கும் போது, அநேகமாகச் சாயுங்காலங்களில் காந்தாமணி ஸார்தான் இதே போலக் கையைத் தூக்கி வாசல்படியைத் தாங்குகிற மாதிரி, யாருடனும் பேசாமல் நிற்பார். முழுக்கை பனியன் போட்டவர்களின் ஞாபகத்தில் ஸார் முகம்தான் இப்போதுகூட முதலில் வருகிறது.

உள்ளே போய்த் திரும்புகிற அந்தப் பெண்ணின் முகத்தில் எந்தச் சுவடுமில்லை. "அக்காவைக் காணுமே" என்று எனக்குக் கேட்கிற அளவில் சொல்லிக்கொண்டு தலையைக் குனிந்தபடியே என்னைத் தாண்டியது.

"பின்னால போயிருப்பாங்க ஒருவேளை" என்றேன்.

"சத்தம் கொடுத்துப் பார்த்துட்டேன் காணுமே" என்று என்னைப் பாராமலே நடையில் நிற்கிறவரைப் பார்த்தது. நடையில் நிற்கிறவர் அவளையே பார்த்துக்கொண்டு நின்றார்.

மூன்றுபேரும் ஒருத்தரை மாற்றி ஒருத்தர் எந்தப் பேச்சு மில்லாமல் எவ்வளவு நேரம் இப்படிப் பார்த்துக் கொண்டிருக்க முடியும்.

"என்ன, ஏதாவது அவசரமா?" என்றேன்.

மடியிலோ, தொடையிலோ இதுவரை வைத்திருந்த தீப்பெட்டி கீழே விழுந்தது. குனிந்து எடுத்தேன். தீப்பெட்டியின் உள் கூடும் குச்சிகளும் மோதிக்கொள்கிற சப்தத்தை உணர்ந்த போது, வேறொன்றையும் சட்டென்று உணர்ந்தது போலிருந்தது. ஏதாவது பணத் தேவையோ என்று தோன்றியது.

வேறு மாதிரியாகக் கேட்டேன்.

"சில்லரை ஏதாவது மாத்திக்கொடுத்து அவங்களை வெளியே அனுப்ப வேண்டியது இருக்கா?" நான் சட்டை உள் பாக்கெட்டிலிருந்து பர்ஸை எடுத்து, "எவ்வளவு வேணும்" என்று கேட்டவுடன் அந்தப் பெண்ணின் முகம் வாட்டாக்குக் கல் மாதிரிப் புழுதியில் விழுந்தது.

"ஒரு முப்பது ரூபா கொடுங்க ஸார்" இதுவரை அடுத்த வீட்டு நடையிலேயே நின்றுகொண்டிருந்தவர், என்னைப் பார்க்க இறங்கி வந்து பக்கத்தில் நின்றார்.

வண்ணதாசன் | 59

“அவ்வளவுதான் எங்கிட்டேயும் இருக்கும்” என்றேன். அவர் என் பர்ஸையே பார்த்துக் கொண்டிருந்தார். இரண்டு மடிந்த தாள்களும் ஒரு மடியாத தாளுமாக மூன்று பத்து ரூபாய்த் தாள்கள், ஒரு பஸ் டிக்கெட், ஒரு உள்ளூர் வெளியூர்த் தொலைபேசி பில் எல்லாம் என் விரல்களுக்கிடையில் இருந்தன.

“ரொம்ப தாங்க்ஸ் ஸார்” என்று ரூபாயை வாங்கிக் கொண்டவர், பக்கத்தில் நின்ற பெண்ணிடம் கூட ஒன்றும் சொல்லவில்லை. சைக்கிளை எடுப்பார் என்று நினைத்தேன். அதுவும் இல்லை. செருப்பை மாட்டிக்கொண்டு தெருவாசல் பக்கம் போனார். இரும்புக் கதவை நிதானமாகத் திறந்து கொண்டி போட்டார். தலையை உரசுகிற மாதிரி வளர்ந்து கிடந்த போகன்வில்லாக் கிளையை உயரத் தூக்கிவிட்ட கையோடு தெருவில் நடக்க ஆரம்பித்தார்.

தெருவையே பார்த்துக் கொண்டிருந்த அந்தப் பெண் சரசரவென்று என்னிடம் வந்தது.

“உங்களை யாரு ரூபாய் கொடுக்கச் சொன்னாங்க?” கோபப் படுகிற மாதிரியும் அழுகிற மாதிரியும் என்னைக் கேட்டது.

“நேரே ஒயின் ஷாப்புக்குத்தான் போவாரு” வெயில் விழுகிற வெற்றுத் தரையைப் பார்த்துச் சொன்னது.

“உங்களை நான் கேட்டேனா?” அதனுடைய குரலைவிட, அதற்குப் பிறகு அது தலையில் அடித்துக் கொண்ட விதம் உலுக்கியது. அந்தப் பக்கம் பார்ப்பதையே தவிர்க்க முயன்றேன்.

முருங்கை மரத்தை ஒட்டினாற்போல, பனங்கை குத்தி, ஓட்டுச் சாய்ப்பு இறங்கியிருந்தது. தலைகீழாக இறங்கி, ஓட்டின் நுனியில் இருந்து ஒரு அணில் திரும்பத் திரும்பக் கத்திக் கொண்டிருந்தது.

ஒவ்வொரு கத்தலுக்கும் வால் துடித்தது.

மாரிச்சாமியின் பையன் இப்போது இருந்திருந்தால், அவனிடம் அணிலின் நிஜ நிறம் எது பொய் நிறம் எது என்று நிச்சயம் நான் கேட்டிருப்பேன்.

தீராநதி ஜூன் 2002

மிகவும் முக்கியமான பார்வையாளர்கள்

நல்லவேளை, இந்த மருத்துவமனையில் பார்வையாளர் நேரம் என்ற கட்டுப்பாடு எல்லாம் ஒன்றுமில்லை. என்னை மாதிரி கட்டிலில் படுத்திருக்கிறவனிடம் கேட்டால் அது அவசியம் இல்லை என்றுதான் சொல்வேன். யாராவது வருவதும் பேசுவதும் போவதுமாக இருந்தால் தான் நன்றாக இருக்கிறது. என்னுடைய கட்டிலைத் தவிர, சுவரோரம் ஒடுக்கமாக ஓர் ஆள் படுக்கிற மாதிரி ஒரு கட்டில். கட்டில்கூட அல்ல ஒருவிதமான பெஞ்சு. மெத்தை போடப்பட்ட பெஞ்ச். புரண்டு திரும்பி எல்லாம் படுத்துத் தூங்க முடியாது. நோயாளிக்கு உதவியாக வருகிறவர்களுக்கு அப்படி யெல்லாம் புரண்டு படுக்கும்படியாகவா தூக்கம் வந்து விடுகிறது. முதல்நாள், இரண்டாம் நாள் எல்லாம் குளுகோஸ் சொட்டு இறங்கிறதைப் பார்த்துக்கொண்டே, "இப்படி வரணுமா திடீரென்று" என, கட்டிலில் அலுங்காமல் கிடக்கிறவன் கையைப் பிடித்தபடியே உட்கார்ந்திருப்பதிலும் அழுவதிலுமே போய்விடும். அடுத்தடுத்து சோதனைகள், மருந்து மாத்திரைகளுக்கு ஆகிற செலவைப் பார்த்தால் வீட்டுப் பெண் பிள்ளைகளுக்கு வயிற்றைத் திருகுமே தவிர, பொட்டுத் தூக்கம் வர நீதமில்லை. உள்ளங்கை அகலத்துக்கு ஒரு பிளாஸ்டிக் ஸ்டூல் போட்டால்கூட பத்து நிமிஷம் சேர்ந்தாற்போல அதில் உட்கார முடியாது.

கையில் எவ்வளவு இருக்கிறது? இன்னும் செலவு உத்தேசமாக எவ்வளவு ஆகும் என்று மனம் கணக்குப்போட ஆரம்பித்துவிடும். லேசில் விடை வருகிற கணக்கா அது. விண் விண் என்று மண்டை

இடிக்கிற இடியில் யாராவது வந்து பேசிக் கொண்டு இருந்தால் தேவலை என்றிருக்கும்.

பார்க்க வருகிறவர்களில் யார் என்று இருக்கிறது. சொந்தக் காரர்கள், பக்கத்து வீட்டுக்காரர்கள், அலுவலக சகாக்கள், இந்த மருத்துவமனையில் வேறொரு நோயாளியைப் பார்க்க வந்து விட்டு, “தற்செயலா மீசை கிட்டுவைப் பார்த்தேன். அத்தான் இங்கே அட்மிட் ஆகியிருக்கிறதா சொன்னான். எட்டிப் பார்க்காமல் போக முடியுமா” என்று உள்ளே வருகிறவர்கள்.

“பிழச்சதே மறு பிழைப்பு. நல்ல நேரத்துக்கு பாலு வந்து சேர்ந்தான். மாமா வருகிற வரத்துச் சரியில்லை. வச்சுக்கிட்டு இருக்கப்படாது. புறப்படுக்கா என்று அவன் முடுக்கப் போய்த் தான் சரியாப்போச்சு. இல்லையின்னா ரொம்பச் சங்கடப்பட்டுப் போயிருக்கும்” என்று ஒருத்தரிடம்.

“யம்மா. இங்கே வாண்ணு ஒரு சத்தங் கொடுத்ததோடு சரி. காக்காய்க்குச் சோறு போடுறதுக்கு சிப்பலும் கரண்டியுமாகப் புறவாசல் கதவைத் திறக்கப்போனவ சத்தங்கேட்டு ஓடியாரேன். இவ்வோ தரைலே உட்கார்ந்து இருக்காக. இத்தனைக்கும் ஒண்ணுக்கு நாலாக வீட்டில நாற்காலி கிடக்கு”

“சட்டுண்ணு உட்கார முடிஞ்சாத்தானே” இது கேட்டுக் கொண்டிருக்கிற முகத்திடம் இருந்தது.

“ஒரு படியா கண்ணைக் கட்டிக்கிட்டு வந்திருக்கு. லெட்ரினுக்குப் போன ஆம்பளை ஈரக்காலைத் துடைப்போ முண்ணு குனிஞ்சிருக்கா. அம்புட்டுத்தான்.”

“அப்படியே லாத்திட்டது போல” சொல்லுகிற இவளுடைய தோளில், கேட்கிறவருடைய கை விழுந்து வளையல் சருக்கும்.

“அவுங்களையாவது கோயில் குளம் பக்கம் எல்லாம் பார்க்க முடியாது. அதுக்குப் பதிலா அவுங்களுக்குச் சேர்த்துத்தான் நீ கும்பிடுறியே. பிள்ளையார் சதுர்த்தி அன்னைக்குப் பார்த்தேன். அப்படியே சாமியை மூட்டோடு பேர்த்து எடுத்துக்கிட்டு போயிருகிற மாதிரியில்லா இருந்தது நீ கும்பிட்டுக்கிட்டு நின்னது” இது இன்னொருத்தர்.

“உழுந்த வடையா, ஆம வடையா, உளுந்து விலை ஏறிப் போச்சு பருப்பு விலை கூடிப்போச்சுன்னு செய்யாமல் விட்டு விடுகிறதுக்கு. வராதது வந்துட்டுது. செலவழிக்காமல் முடியுமா. பார்க்காமல்

முடியுமா" இப்படி யாராவது நம்முடைய கஷ்டம் தெரிந்து ஆதரவாகச் சொல்லும்போது நமக்குக் கண் கலங்காமல் எப்படி இருக்கும்?

"அதெல்லாம் வருத்தப் படாதே. என்னை மாதிரி உள்ளவள் ரெண்டு பேர் துரும்பை வித்துத் தந்தால் இன்னும் நாலுபேர் தூணை வித்துத் தருகிறதுக்கு ரெடியா இருப்பாங்க. அவங்க ஆள் பழக்கத்துக்கு நீ முந்தி நான் முந்தியின்னு வந்து நிப்பாய்ங்க. உண்டா இல்லையா" இந்தக் கடைசி வார்த்தைகளைச் சொல்லாமல் எந்தப் பேச்சையும் முடிக்கத் தெரியாத பிச்சம்மா சித்தி தன் கஷ்டத்தையும் மீறிச் சிரிப்பாள்.

"அதெல்லாம் ஆண்டவன் புண்ணியத்தில ஒரு குறையு மில்லை. இன்னியத் தேதி வரைக்கும் உப்புப் புளிக்குத் தட்டுப்பாடு இல்லாமல் தான் ஓடிக்கிட்டு இருக்கு. கயிறுன்னு இல்லாமல் "காசுமாலை' யின்னும் இல்லாமல் ஏதோ மத்தியமா கழுத்தில கிடக்கும்படியாத் தான் நெல்லையப்பர் வச்சிருக்காரு. வீட்டு வாசலில் வந்து நின்னு ஒருத்தன் "என்னாச்சு'ன்னு நாக்கு மேல பல்லைப்போட்டு இதுவரைக்கும் கேட்டது இல்லை" கஷ்டத்துக்கு மத்தியில் மனம் ரொம்ப தூரம் பின்னால் போய்விடும்போல இவள் பேசுவது என்னுடைய அம்மா பேசுவதுபோல இருக்கிறது. அல்லது எதிரே உட்கார்ந்திருக்கிறவர்கள் பேசுகிற மாதிரியே ஆகிவிடுகிறதோ.

"ஊர்ல இல்லாத கழுதைப் புரட்டு எல்லாம் ஒவ்வொருத்தன் பண்ணிக்கிட்டு கல்லுப்போல இருக்கான். முருகன்கிட்ட (என்னை முத்தையாத் தாத்தா அப்படித்தான் கூப்பிடுவார்) பீடி சிகரெட் கிடையாது. வெற்றிலை பாக்குக்கூட கிடையாது. இவனுக்குப் பெரிய ஆபரேஷன் கீப்பரேஷன் கத்தி கபடான்னு வந்திருக்கு. இவ்வளவு நாளும் காலால் நடந்து கையால சாப்பிட்டுப் பழகி யாச்சு. நான் மண்டையைப் போடுகிறதுக்கு உள்ளே அதுவும் தலைகீழா மாறிப் போகுமோ என்னமோ. கையில செருப்புப் போட்டுக்கிட்டு இத்தனை படி ஏறிவருகிறதுன்னா எப்படியின்னு மலைப்பா இருக்கு பேரப் பிள்ளை" என்று சிரிப்பார். அவர் சிரிப்பு தன்னைப்போல நமக்கும் வந்துவிடும்.

"ஏ, இது என்ன துக்க வீடா. நானும் வந்தேன். அழுதேன். மூக்கை சிந்திப்போட்டேன்னு எழுந்திரிச்சுப் போகிறதுக்கு. இது ஆசுபத்திரி. படுத்துக் கிடக்கறவன் நிமிர்ந்து உட்கார்ற மாதிரி ரெண்டு வார்த்தை பேசணும். அடை மழையில வீட்டுக்குள்ள கொடி கட்டுன மாதிரி ஆயிரம் புழுக்கம் இருக்கும் மனசுல. நாம வந்து பேசினால், வெயில் அடிச்ச மாதிரி இருக்கணும். வேட்டி காயா

விட்டாலும் கைக்குட்டை யாவது காயணும்." தாத்தா பேசப்பேச நிஜமாகவே வெயிலடிக்கிற மாதிரி இருக்கும். செம்பரத்தஞ் செடிகளுக்கு அடியில் நான்கைந்து மைனா சத்தம் போடுகிற மாதிரி இருக்கும். புறவாசலில் காக்காய் கத்துகிற மாதிரி இருக்கும். நீர்க்கருவை நெற்றுக் கடித்தபடி ஒரு வெள்ளைக் குட்டி கருகருவென்று காலைத் தூக்கி நிற்கிற நிழலில் ஒரு நத்தை நகர்கிறது மாதிரி இருக்கும்.

ஹார்லிக்ஸ் வாங்கிக்கொண்டு வரவேண்டாம். சாத்துக்குடி வாங்கிக் கொண்டு வரவேண்டாம். ஓட்ஸ் வேண்டாம், பிஸ்கட் வேண்டாம். இப்படி நான்கு பேர் யாராவது மனதார உட்கார்ந்து பேசிக்கொண்டு இருந்தால் போதும்.

அதுவும் இவள் படுக்கிற பெஞ்சில் நெருக்கிக்கொண்டு நான்கு பேர், பிளாஸ்டிக் ஸ்டூலில் ஒருத்தர், நாற்காலியில் ஒருத்தர், "நான் இப்படி மகன் பக்கத்தில் கட்டிலில் இருந்துகிடுதேன்" என்று உட்கார்ந்தவுடன் வயது வித்தியாசம் பார்க்காமல் தலை முடியைக் கோதிவிடுகிற வள்ளிச் சின்னம்மை மாதிரி ஒருத்தர், உட்காரவும் இல்லாமல் நிற்கவும் இல்லாமல் ஜன்னல் விளிம் போடு சாய்ந்து கொண்டு ஒருவர் (கொக்கி முதுகில் உறுத்த, அவர் ஒருமுறை திரும்பிப் பார்த்து அதைச் சரி செய்து கொள்வார்), இதில் எல்லாம் சேர்த்தி யில்லாமல் கூச்சத்தோடு கையில் இரண்டு ஆப்பிள் பழப் பையோடு நிற்கிற இன்னொருத்தர், இதற்கு மத்தியில் வந்துவிட்டுப் போகிற இரண்டு நர்ஸ், தரை துடைக்கிற ஒருத்தர், என்று இருந்தால் எனக்கு நன்றாகத்தான் இருக்கிறது.

சொல்லப் போனால் மருத்துவர் நேரம் கொஞ்சமாகவும், இப்படிப் பார்க்க வருகிறவர்கள் அதிகமாகவும் இருந்தால் ரொம்ப நல்லது.

நான் முத்தையாத் தாத்தா மாதிரியே யோசித்துக் கொண்டேன்.

"ஏ. நீயே சொல்லு. மருந்து மாத்திரையால சீக்கு குணமாகி விடுமா. மருந்து மூன்று வேளையின்னா மனுஷாள் முப்பது வேளையில்லா. நர்சம்மா வந்து சிரிச்சாப்புல ரெண்டு ஊசியைப் போட்டுட்டுப் போனால் ஆச்சா. பொங்கல் அன்னைக்கு மத்தியானமே அலுத்துச் சலிச்சு தலையைச் சாய்க்கும்போது, பாம்பாட்டி வாசலில் வந்து ஊதிக்கிட்டுச் சத்தம் கொடுக்கிறமாதிரி, இங்கேயும் அவளுக்கு ஒண்ணு மாற்றி ஒண்ணு குத்தவெச்சு உட்கார முடியாமல்தான் இருக்கும். சின்னப் பிள்ளையா நீங்க, மடியில போட்டுத் தட்டிக் கொடுக்கிறதுக்கு. தட்டிக் கொடுக்கிறதுக்குப் பதிலாகத்தான் இப்படி நூறு பேர் வருகிறது, வாயா வார்த்தையா நல்ல சொல்லாக

நாலு பேசுகிறது எல்லாம்' என்று நானே மனதிற்குள் சொல்லிக் கொண்டேன். பரவாயில்லை. இப்படியே எல்லா நேரத்திலும் எனக்குப் பேசி விட முடிந்தால் நன்றாகத்தான் இருக்கும்.

"ஒண்ணு திண்டுக்கல் பூட்டாக பெரிய பூட்டுப் போட்டு வாயை மூடிக்கொண்டு இருக்கிறது. அல்லது கோபம் வந்தது என்றால் நல்ல பாம்பு பிடுங்கினது மாதிரி கொத்திப் பிடுங்கறது. ரத்தக் கொதிப்பு வந்தது மாதிரியில்லா ஆகியிருது உங்களுக்கு அந்தச் சமயத்தில். அதுனால யாருக்கு என்ன பிரயோசனம்? கத்தியோட வந்தவன்கிட்டே நீங்களே அருவாளைத் தூக்கிக் கொடுக்கிறது சாமார்த்தியமா தெரியவில்லை. ஒவ்வொருத்தன் முதலை மாதிரி தண்ணீருக்குள்ளே இருந்துக்கிட்டு தலை தெரியாமல் ஆளைக் கவ்வி இழுத்துக்கிட்டுப் போயிருதான். செத்தவன் தடமும் தெரியாம. கொன்றவன் தடமும் தெரியாம. நீங்க என்னடா என்றால் பச்சைப் பிள்ளைகள் கதையில் வருகிறதுபோல, போகிற வழியில எல்லாம் குன்னிமுத்தைப் போட்டுக்கிட்டே போகுதீங்க, பொறுக்கிக்கிட்டுப் புறத்தாலேயே வந்து பிடிக்கிற மாதிரி. உங்களுக்குத் தெரிஞ்சது அவ்வளவு தான். பேசத்தான் தெரியலை. பேச்சை எங்கே நிறுத்தணும்னு ஒரு மனுஷனுக்குத் தெரியவேண்டாமா. தருமர் சூது விளையாடினது மாதிரி அது பாட்டுக்குப் போயிக்கிட்டேயில்லா இருக்கு."

ஒவ்வொரு தடவையும் இப்படித்தான் இவள் பேச்சு முடியும்.

நான் என்னவோ கெட்டதைத் தட்டிக் கேட்கத்தான் போயிருப்பேன். அடாதுடியாக யாராவது பேசினால் பொறுக்க முடியாமல். சம்பந்தம் இருக்கிறதோ இல்லையோ தலையைக் கொடுத்திருப்பேன். உதாரணத்துக்கு என் சகலர் வீட்டு வாடகையை வசூலிக்கிற பொறுப்பு எனக்கு. வாடகை இரண்டு மாதம் வர வில்லை. எலெக்ட்ரிக் பில், தண்ணீர் தீர்வைக்கு உண்டானதும் வந்து சேரவில்லை. பொறுத்துப் பொறுத்துப் பார்த்துவிட்டு நேரில் கேட்கப்போனால் ஒரே ரகளை ஆகிவிட்டது. தெரு முழுவதும் வேடிக்கை பார்க்கிறது. எல்லோரும் நான் சாமி ஆடுவதைத்தான் பார்த்திருப்பார்கள் போல. அப்படித் தான் இவள் பின்னால் சொன்னாள்.

"முடிஞ்சால் உம்மால இயன்றதைப் பார்த்துக்கிடும். இங்கே வந்து இப்படி இனிமேல் சத்தம் போடுகிற சோலி எல்லாம் வச்சுக்கிட வேண்டாம். போலீஸ் ஸ்டேஷனுக்கு உமக்கு முன்னால கூடிப் போகத் தெரியுமுன்னா, எனக்குப் பின்னால கூடிப் போகத் தெரியும். நீராவது எதிர்த்தால நின்னு பேசுவீரு. நான் தோளில

கையைப் போட்டுப் பேசுவேன் அவங்ககிட்டே ஞாபகம் வெச்சுக் கிடும்" வாடகைக்கு இருக்கிறவர் சத்தம் போடப்போட நான் வாசலில் நின்று கேட்டுக் கொண்டு இருக்கிறேன்.

வாடகைக்கு இருக்கிறவருடைய பிள்ளைகள் நடையிலும் இல்லாமல் வீட்டுக்குள்ளும் இல்லாமல் எங்களைப் பார்த்துக் கொண்டே நிற்கின்றன.

புத்தகங்களும் வீட்டுப்பாடம் எழுதும் நோட்டுகளும் முன் கட்டில் விரிந்து கிடக்கின்றன. பையன்தான் எல்லோருடைய காலணிகளையும் துடைத்து வைப்பான் போல. கையில் அழுக்குத் துணியும் சுவர்ப்பக்கம் கழுவி ஏணி சாத்தியது போலத் தண்ணீர் வழிய வைக்கப்பட்டிருந்த இரண்டு மூன்று ஜோடிக் காலணிகளு மாக நிற்கிறான். ஒரு பன்னிரண்டு வயதுப் பையனின் கண்கள் இதுபோன்ற சூழ்நிலைகளில் திகைத்துப் போய்த்தான் இருக்கும்.

இவளைக் காணோம். உள்ளே போயிருக்கிறாள் போல. ஏற்கனவே அந்த வீட்டு அம்மாவுக்கு நெடுநாளாக உடம்புக்குச் சரியில்லை. பாதி நேரம் படுத்தே இருப்பாள். பேசக்கூட ஆவியே இருக்காது என்று கேள்வி. அவளைப் பார்க்கப் போயிருக்க வேண்டும். அல்லது என்னுடைய இந்தக் கூத்தைப் பார்க்கச் சகிக்கவில்லையோ என்னவோ. இரண்டுமாகக் கூட இருக்கலாம்.

நான் மோட்டார் சைக்கிளை உதைக்கும்போது "இந்தா வந்துட்டேன்" என்று உள்ளேயிருந்து சத்தம் வந்தது. நடை பாதை தாண்டும்போது காலில் மிதிபட்ட புத்தகத்தைத் தொட்டுக் கும்பிட்டு மடித்து ஓரமாக வைத்துவிட்டுப் பக்கத்திலிருக்கிற பெண் குழந்தையின் தலையைத் தடவினபடி வேகமாக வந்து பின் சீட்டில் ஏறினதும் "ம்ம். போகலாம்" என்றாள். வண்டி வீட்டைப் பார்க்கப் போகும்போதுதான் இந்த நல்ல பாம்பு, அரிவாள், தருமர் உதாரணம் எல்லாம்.

"இதை ரோட்டில வரும்போது சொல்லணுமா. வீட்டில வந்து சொல்லக்கூடாதா" என்று கேட்டால்,

"பாகற்காயைக் கொடுத்துட்டு ஆரஞ்சுப் பழம் பிழிஞ்சு தா'ன்னா எப்படி முடியும்" என்று பின்சீட்டில் இருந்துகொண்டு என் முதுகில் குத்துவாள். அப்படியென்றால் அவள் சரியாகி விட்டாள் என்று எடுத்துக்கொள்ள வேண்டும். நான் நெளியாமல் வண்டி ஓட்டிக்கொண்டு வந்து வீட்டு வாசலில் நிறுத்தினால் ஒன்றுமே இதுவரை நடக்காதது மாதிரி ஒரு முகம் வந்துவிடும்.

இந்த ஆஸ்பத்திரியில்கூட அவள் முகத்தைப் பார்க்கும்போது எனக்கு ஒன்றுமே நடக்காதது போலத்தான் இருக்கிறது. எப்போது அழுவாள். எப்போது கண்ணைத் துடைத்துக் கொள்வாள் என்று தெரியவில்லை. எவ்வளவுதான் துடைத்தாலும் அழுத முகம் இது. சிரிக்கிற முகம் இது என்று தெரியாமலா போகும். ஆனால் தெரிய வில்லை என்பதுதான் நிஜம்.

காலையில் கான்டீனில் காப்பியும் சாப்பாடும் வாங்கி வைத்து விட்டுப் போய்விட்டாள். நேற்றே தீர்மானித்து வைத்ததுதான்.

"ஒரு கொள்ளை வேலை இருக்கு" என்று சொல்லிக் கொண்டிருந்தாள். பாங்க் போக வேண்டியது, மின் கட்டணம் செலுத்த வேண்டியது, மாற்றுத்துணி எடுக்க வேண்டியது, வேலை யோடு வேலையாக சேம்பாவுக்குப் பிள்ளை பிறந்திருப்பதை எட்டிப் பார்க்க வேண்டியது (பிள்ளையார் கோவிலில் அர்ச்சனை செய்வதை என்னிடம் சொல்லமாட்டாள். ஆனால் அதுவும் உண்டு), என் அலுவலகத்தில் விடுமுறை நீட்டிப்பது சம்பந்தமாக தினகர் ராஜனை வரச் சொல்வது, அடுத்த மாதச் சீட்டை எடுக்க முடியுமா என்று எஸ்.எம்.சி. சீட் சொக்கலிங்கத்திடம் கேட்க வேண்டியது என்று நிறைய வேலைகள்.

"ஒண்ணுக்குப் பாதியாவது முடிந்தால் தேவலை. நர்சுக் கிட்டே சொல்லிவிட்டுப் போறேன். பார்த்துக்கிடுங்க. பேசாமல் படுத்துக் கிடந்தால் போதும். என் தலையைக் காணலை என்றதும் வாக்கிங் போகலை போகலைன்னு நடக்க ஆரம்பித்துவிட வேண்டாம். தொந்தி வைத்தால் வைக்கட்டும். இனிமே யாரும் பொண்ணு கொடுக்கப் போகிறதில்லை" அடிக்கப் போகிற மாதிரி கையை உயர்த்தி, தடுக்கப் போகிற என் உள்ளங்கையில் அடித்துவிட்டுப் போய் விட்டாள்.

கொஞ்ச நேரம், கதவு சாத்தி, சாத்துகிற சத்தம் அடங்குகிற வரை கையையே பார்த்துக் கொண்டிருந்தேன்.

காலையிலிருந்து சாயந்திரம் வரையா அப்படி இருக்க முடியும். ஜன்னல் பக்கம் போய் நின்றால் பொழுது போகும். கொஞ்சம் வேடிக்கை பார்க்கிறேன் என்பதற்காக உலகம் முழுக்க முழுக்க வேடிக்கை மட்டுமா காட்டிக்கொண்டு இருக்கும்.

அடுத்தது ஒரு காலி மனை. அதற்குப் பிறகு பூராவும் வயல்கள். இந்தப் பூவுக்கு இன்னும் ஏன் விதைக்கவில்லை என்று தெரிய வில்லை. ஏற்கனவே மொத்தமாக யார் பெயருக்காவது ரிஜிஸ்தர் ஆகிவிட்டதோ என்னவோ. மிஞ்சிப்போனால் இன்னும் நான்கைந்து

வருடம். பல்லி பூச்சியை முழுங்குகிற மாதிரி வயல் எல்லாம் அதற்குள் கட்டடம் ஆகியிருக்கும். ஏற்கனவே இந்தப் புறநகர்ச் சாலை வந்ததற்குப் பிறகு எவ்வளவோ மாறிவிட்டது.

எதிர்த்த வரிசையில் முன்பக்கம் பூராவும் கட்டடம் வந்தாயிற்று. இந்தப் பக்கம் இந்த ஆஸ்பத்திரிகூட இப்போது வந்தது தான்.

ஒன்றை வைத்து வேறு சில ஆஸ்பத்திரிகள் இதே வரிசையில் வரலாம். ஏற்கெனவே சிறியதாக ஒன்றிரண்டு வந்திருக்கின்றன.

முளைத்தும் முளைக்காமலும் இருக்கிற வேப்பமரத்துக்குக் கீழ் ஒரு கரும்புச்சாறு மிஷின், அதற்குப் பின்னால் சிற்றுண்டிக் கடையும் எஸ்.டி.டி. பூத்துமாக ஒன்று. ஒரு பெட்டிக் கடை. அதில் அன்றாட உபயோகத்திற்கான சாம்பிள் சோப், பற்பசை, எண்ணெய் பாட்டில், ஷாம்பு, சவர பிளேட், பாட்டரி செல், தண்ணீர் பாட்டில் இத்யாதி.

இதற்கு எல்லாமாவது ஒரு கட்டடம், புறாக்கூண்டு மாதிரி சுற்றி ஜாதிக்காய்ப் பலகை இதெல்லாம் வேண்டும். இளநீர் விற்கிறதுக்கு என்ன. நிழலுக்கு ஒரு மரம். குலைகுலையாய் மரக் கிளையில் கட்டித் தொங்கவிட நான்கு தாம்புக் கயிறு. ஒரு அரிவாள். கொஞ்சம் சிரிப்பு கொஞ்சம் பேச்சு போதும். இப்போதைய நடப்புக்குத் தக்கபடி சவ்வுத்தாள் பை, உறிஞ்சு குழல் தேவைப்பட்டால். எனக்கும் இளநீர் வெட்டி குடுவையில் ஊற்றி அங்கேயிருந்துதான் வாங்கி வருகிறாள். வாங்கி வரும் போது “இவ்வளவு விலையா” என்று யாராவது கேட்டால் “ருசியே இல்லையே” என்று இவள் சொன்னால், ஆள் ஆளுக்குத் தக்க அவன் சொல்கிற பதில்களும் சொல்வாள்.

அநேகமாக பாத்திரத்திலிருந்து தம்ளருக்கு இளநீரை மாற்றுகையில், சன்னமாக அது வாசம் அடித்தபடி நிரம்பும் போது, “ஒவ்வொருத்தர் என்ன கெட்டிக்காரத்தனமாகப் பேசுகிறாங்க. பார்த்தால் படிக்காத ஆளு மாதிரித்தான் இருக்கு. அருவங்குளம், பாலாமடையின்னு அந்தப் பக்கத்து ஊராகத்தான் இருக்கும். கடை கண்ணி என்று ரோட்டில உட்கார்ந்து, நாலு பேரு இப்படி, நாலுபேரு அப்படீன்னு முகம் பார்த்துப் பேச ஆரம்பிச்ச உடனேயே அது தானாக வந்திடும்போல இருக்கு. நீங்க வேணும் என்றால் எட்டிப் பாருங்க. உங்க வளர்த்திக்குத் தெரிஞ்சாலும் தெரியும். உச்சியிலே வகிடு எடுத்தது மாதிரி இங்கேயிருந்து நேர் எதிரேதான் இருக்கும்.”

இவ்வளவு சொல்கிறாளே என்று ஜன்னல் பக்கம் நின்று பார்த்தேன் தெரியவில்லை. ஆள் தெரியாவிட்டாலும் இளநீர்க் குலை தெரிந்து இருந்தால்கூட நன்றாக இருந்திருக்கும். ஏற்கெனவே

தினசரி வழக்கமாகத் தாண்டிப் போகிற மைதானத்துக்குப் பக்கத்து இளநீர்க் குலைகளின் ஞாபகம், நிறம் எல்லாம் கண்ணுக்குள் வந்துவிட்டிருக்க, அதை அப்படியே இந்த இடத்தின்மேல் கவிழ்க்க வேண்டியதுதான் பாக்கி. ஆனால் நடக்கவில்லை.

"எங்க வீட்டு ஐயா எட்டி எட்டிப் பார்த்தாரு. தெரியலை. கொஞ்சம் லேசாக நகர்ந்து உட்காரும்னு நாளைக்குச் சொல்லிட்டு வா. அதில் ஒரு கஷ்டம், மரத்தைப் பிடுங்கி நடுகிறதுக்கு அந்த ஆளுக்கு அதிகாரம் இருக்குமான்னு தெரியலை" இதை எப்படிச் சிரிக்காமல் சொல்லமுடியும்.

என் சிரிப்புக்கு மேல் பாத்திரத்தை எறியப் போகிற மாதிரி தோளுக்கு மேல் உயர்த்திவிட்டு,

"நீங்க பார்த்தால் தெரியும்னு நினைச்சேன்" என்று பக்கத்தில் அவளும் வந்து உன்னிப் பார்த்துவிட்டு உதட்டைப் பிதுக்கினாள்.

ஜன்னல் இப்போது அடைத்திருந்தது.

அந்தப் பக்கம் இருப்பது தெரியாத ஒருவகைக் கண்ணாடியிலே வெயில் வெளிப்புறம் இருந்து முட்டிக் கொண்டிருந்தது.

நேற்று ராத்திரி அது திறந்திருந்ததோ என்னவோ.

மணி அப்போது என்ன இருந்திருக்கும்? ஒன்றரை அல்லது இரண்டு. அந்த வாடை. அலை அலையாக வந்தது. முடி கருகின புகை மாதிரி. ஏதோ வைக்கோல் படப்பு அளவுக்கு முடியைக் குவித்து வைத்து எரிக்கிறது போல, ஒரு கால் மணி நேரம் திணற அடித்தது.

பக்கத்தில் மயானம் ஏதாவது இருக்குமோ.. இருக்குமோ என்ன. எதிரே உள்ள வரிசைக் கட்டடத்தைத் தாண்டி, அதற்குப் பின்னால் இருக்கிற தெருவுக்கு அப்பால் ஆறுதான் இருக்கிறது. மயானம் இல்லாத ஆற்றங்கரையா. செங்கல் சூளையும் சுடலைமாடசாமி கோவிலும் கல்மண்டபமும் சாராய வியா பாரமும் மயானமும் இல்லாமல் இருந்தால் ஆறு ஓடினமாதிரி இருக்குமா.

எங்கேயாவது பக்கத்தில்தான் இருக்கும். இவளைக் கேட்டால் தெரியலாம். கொசுக்கடிக்குப் புரண்டது மாதிரி இருக்கிறதே தவிர, விழித்ததாகத் தெரியவில்லை. "இது என்னய்யா கண்ட்ராவி வாடை" என்று முனங்கிக்கொண்டு எழுந்திருந்து தன் தடத்தில் பாத்ரூம் போய்விட்டு வந்து மறுபடி தூங்கவில்லை.

சிப்பம் சிப்பமாக மீன் ஏற்றிக்கொண்டு ஒரு லாரி போகும் போது பஸ்ஸில் உட்கார்ந்திருக்கிற நம்முடைய மூக்கில் வந்து அப்புமே

அப்படி இந்த வாடையுடன் ஒரு வாகனம் அறைக்குள் வந்து விட்டுப் போய்விட்டது மாதிரி இருக்கிறது.

அப்புறம் தூக்கம் வரவில்லை.

ஏதோ மலையில் காட்டுக்குள் இருந்தால் இப்படித்தான் இருக்கும். நிலா அடிக்கிற காடு அல்லது விடிவதற்கு முந்தின காடு. சுள் என்று எண்ணிக்கையற்ற பூச்சிகள் சேர்ந்து ஒரே குரலில் சத்தம் வைக்கிறது. ஒரு இலையில் அசைவில்லை. இலைக்குள் இருந்து இலை எட்டிப் பார்த்து தயிர்மத்து மாதிரி மினுங்குகிறது. இரண்டு பாகம் நீளத்திற்கு நெளிந்து போய்க் கொண்டிருக்கிற இந்தப் பாம்பின் வால் நுனி மறைந்ததும் ஏதாவது ஒரு கருங்குருவி கூப்பிட ஆரம்பித்துவிடும். கூப்பிடக் கூடச் செய்யாது. ஒரு கிளையில் இருந்து மறுகிளைக்கு, ஒரு செடியிலிருந்து இன்னொரு செடிக்குத் தாவித்தான் உட்காரும். பூ மலர்த்தின மாதிரி வட்டமாக மண்ணைக் குவித்திருக்கிற புற்றிலிருந்து கடி எறும்புகள் சரசரவென்று மரத்தில் ஏறித் தீராத யாத்திரையைத் தொடர்ந்து கொண்டிருக்கும். உதிர்ந்து கிடக்கிற காட்டமான கனத்த இதழ்ப் பூவின் நடுவிலிருந்து வெளியேறுகிற எறும்பின் கனம் தாங்காதது மாதிரி அந்த ஒரே ஒரு பூ புரண்டு விழும். அந்தப் புரளலின் சமிக்ஞையில் அரை வட்டத்துக்குள் முழு வட்டம் செருகி, மாறி மாறி தரையில் வெயில் காசு மரத்திலிருந்து ஆயிரங்கால் பூச்சி தன் கடைசிக் காலை முதல்கால் பக்கம் தள்ளிக்கொண்டு நகரும்.

இப்படியே நினைத்துவிட்டுத் தூங்கிவிட்டேன் போல. இடையில் விழித்திருந்த நேரத்தைச் சரிக்கட்டுகிற மாதிரி ஒரு அசந்த தூக்கம் வருமில்லையா, அந்தத் தூக்கம்.

அலுவலகம் போலத்தான் இருக்கிறது. இப்போது பார்க்கிற அலுவலகம் இல்லை. அம்பாசமுத்திரம் அலுவலகம் மாதிரி ரோட்டை ஒட்டின வாசல். இரும்பு மடக்குக் கதவைத் திறக்கிறார்கள். அலுவலக வராந்தா கீழ் மேலாக இருக்க, நான் இந்தக் கடைசியில் தெற்கும் வடக்குமாக ஆஸ்பத்திரிக் கட்டிலில் படுத்திருக்கிறேன்.

சினிமாக்களில் வருகிற காட்சியாக, நடந்து வருகிற ஆட்களின் இடதுபக்கம் மட்டும் வெளிச்சம் விழுகிறது. பக்கத்தில் வரவர ஆச்சரிய மாக இருக்கிறது. அப்பாத் தாத்தா வருகிறார்கள். அப்பாவுடைய அப்பா செத்து ரொம்பக் காலம் ஆயிற்று. பக்கத்தில் காலேஜில் வேலை பார்த்த சித்தப்பா வருகிறார்.

எனக்குப் பரபரப்புக் கூடுகிறது.

நெருங்கி வந்துவிட்டார்கள். முகம் பிரகாசமாகத் தெரிகிறது. தலையின் வழுக்கை, கட் மீசை, தோளில் கிடக்கிற சலவை மடிப்புக் கலையாத துண்டு, வெள்ளைச் சட்டை எல்லாமே பிரகாசிக்கிறது. இந்தச் சலவை சோப்பு, பாத்திரம் சுத்தம் பண்ணுகிற பொடி விளம்பரங்களில் எல்லாம் ஒரு பிரகாசம் காட்டுவார்களே அது மாதிரி.

"என்னவோ பேரப்பிள்ளை. எப்படி இருக்கேரு. எங்கே போகணும் இப்போ. வீட்டுக்கா, மெட்ராஸுக்கா" என்று அப்பாத் தாத்தா கேட்கிறார்கள்.

காலேஜ் சித்தப்பா மரியாதையாக வாசலுக்கு அந்தப்புறம் நிற்கிறார்கள். தாத்தா எதற்கு இப்படிக் கேட்கிறார் என்று தெரிய வில்லை. அது என்ன வினோதமான கேள்வி மெட்ராஸிற்கா என்று. அங்கே போய் நான் என்ன பண்ணப் போறேன். இது வரைக்கும் வராத தாத்தா, இப்படி ஆஸ்பத்திரிக் கட்டிலில் தூங்கும்போது ஏன் சொப்பனத்தில் வரவேண்டும்.

இப்போது எழுப்பி இதை இவளிடம் சொன்னால் பயப் படுவாள் இல்லையா. காலையில் சொன்னால் மட்டும் என்ன சிரிக்கவா போகிறாள். முதலில் முடி கருகின நாற்றம். இப்போது எப்போதோ செத்துப்போன அப்பாத் தாத்தா.

"நல்லா தூங்குனீங்களா ஸார்" நர்ஸ் ரத்த அழுத்தம் பார்ப்ப தற்கு எழுப்பும்போது எனக்குச் சுத்தமாக சொப்பனம் ஞாபகம் வரவில்லை.

"நீங்க எழுந்திரிச்ச உடனே போகலாம் என்றுதான் உட்கார்ந் திருக்கேன்" வீட்டுக்குப் போகவேண்டிய சாமான்களும் பையுமாக நிற்கிறாள்.

முகத்தை மாத்திரம் கழுவி கொண்டை போட்டிருக்கிறாள். பின் கழுத்து ஈரத்தில் முடி அப்பிக் கிடக்கிறது.

"ராத்திரி உனக்கு நாத்தம் அடிக்கலையா..." இப்போது அதை உணர்வதுபோல மூக்கைத் தொட்டுக் கேட்டேன்.

"யப்பா. குடலைப் புரட்டிவிட்டது." அவள் என்னைவிடவும் அதிகமான அருவருப்புடன் சொல்லவும், காலையில் எனக்குத் தர வேண்டிய மாத்திரைகளைப் பிய்த்து ஓர் பாட்டில் மூடியில் வைத்துக் கொண்டிருந்த நர்ஸ் திரும்பிப் பார்த்தாள்.

"அது ஒண்ணும் இல்லை. இங்கே பக்கத்தில் பம்ப்பிங் ஸ்டேஷன் இருக்கு. இடைக்கிடை ராத்திரியில் சாக்கடைத் தண்ணீரை

எல்லாம் பம்ப் பண்ணுவாங்க இப்படி. நீங்ககூடப் பார்த்திருப்பீங்க இல்லை. ‘கழிவு நீர் உந்து நிலையம்’னு ஒரு போர்டு இருக்குமே பெரிசாயிட்டு” எங்களுடன் நர்ஸ் பேச்சுக் கொடுத்ததில் ஒரு மாத்திரை கீழே விழுந்து இவள் பக்கம் உருண்டது.

“பெயர் எல்லாம் நல்லாத்தான் இருக்கு. வாடையைப் பார்த்தால் தான் வாயால எடுக்க வருது. இப்படியா ஒரு வாடை” குனிந்து மாத்திரையை எடுத்துக் கொடுத்துவிட்டு, “வாசல்கதவு ஜன்னல் கதவை யெல்லாம் சாத்திக்கிட்டால் நான் உன்னைத் தூங்க விட்டிருவேனான்னு கேட்கிறமாதிரி முகத்திலேயே அல்லவா வந்து சுத்துச்சு.”

பைகள் இரண்டையும் கையில் தூக்கிக்கொண்டு, நர்ஸ் போனவுடன் தானும் போகிறதற்காகக் காத்திருந்தாள்.

என் கைக்கு ஏற்கெனவே காப்பித் தம்ளர் வந்திருந்தது. சூடு போதவில்லை. ஒரு வாய் குடித்த உடனே அந்த வாடையை நினைத்துப் பார்த்தேன். ஆட்களின் முகச்சாயலை, ஏற்கெனவே பார்த்த ஒரு இடத்தை ஞாபகப்படுத்திக் கொள்கிறமாதிரி வாடையையும் முடியும் அல்லவா!

மயான வாடை இல்லை என்று தெளிவானதும் இப்போது முடி கருக்கல் ஞாபகம் வரவில்லை. மண் சம்பந்தமான ஒரு வாடை. ஆற்றங்கரையில் எதையோ தோண்டிக் கொண்டிருக்கும் போது, இரண்டு மூன்று விரற்கடைக்குக் கீழ் கருத்துக்கிடக்கிற மண்ணிலிருந்து நுகர்ந்த கும்பிப்போன வாடை ஞாபகம். கிட்டத் தட்ட அது போல இருந்தது. போல இல்லை. அதே கும்பின வாடைதான். அதைப் பூதக்கண்ணாடியால் பார்த்தால் கட்டெறும்பு மாதிரி இருக்கிற ஒவ்வொன்றும் பூதக்கண்ணாடி விளிம்பு வரை நெளியுமே அது மாதிரி வாடை நெளிந்தது.

“எழுந்திரிச்ச உடனே என்னத்தையாவது தேவையில்லாததை யோசிச்சு மண்டையைக் குழப்பிக்கிட்டு இருக்காதீங்க” நான் காப்பித்தம்ளருடன் எதுவும் அவளுடன் பேசாமல் இருக்கிறதைப் பார்த்துவிட்டுச் சொல்கிறாள் போல.

கால் செருப்பை பெஞ்சுக்கு அடியில்தான் போடவேண்டும் என்று கட்டாயமாக ஒளித்து வைக்கிறமாதிரி அங்கேதான் கழற்று வாள். சுவரில் ஒரு கையை ஊன்றிக்கொண்டு செருப்பைப் போடும் போது சொல்வது சுவரில் மோதி என்னிடம் வருகிறது. “அப்போ நான் போயிட்டு வந்திருதேன்.”

சுவர் வெள்ளை. அப்புறம் திறந்துவிட்டு மூடுகிற கதவு வெள்ளை. எதிரே இருக்கிற ஜன்னல் சட்டம் வெள்ளை. கண்ணாடி வெள்ளை. வெயில் வெள்ளை. நான் இருக்கிற கட்டிலில் மட்டும் போனால் போகிறது என்று ஊதா. படுக்கை விரிப்பு, தலையணை உறை, போர்வை எல்லாம் ஊதா.

செங்கோட்டை பாசஞ்சர் ரயிரல் வரும்போது மேலக் கல்லூர் பக்கத்தில் பார்த்த வானம் இப்படித்தான் இருந்தது.

மழைத் தண்ணீர் கட்டிக்கிடக்கிறது மாதிரி கொஞ்சம் போல நீலம். மற்ற இடம் பூரா ஒரே வெள்ளை. மெதுவாக ஓடுகிற ரயிலின் வளைவுக்கு ஏற்ப ஆகாயம் அப்படியே புரள்கிறது. உடுத்துவதற்கு முன் சலவை வேட்டியை விரித்து உயர்த்திப் பார்த்துக்கொள்வது போல இருக்கிறது. ஒரு கிழிசல் ஒரு சுருக்கம் இல்லாமல் அப்படியே இடுப்பில் கட்டிக்கொண்டால்கூட நன்றாகத் தான் இருக்கும். நன்றாகத்தான் இருந்தது.

இது அந்த வெள்ளை இல்லை. சீம்பாலை உறை ஊற்றினது மாதிரி கெட்டித் தயிருக்கு மேல் ஒரு பழுப்பு. பழுப்புக்குக் கீழ் பீங்கான் வெள்ளை. இந்தப் பழுப்பு வெள்ளை விளையாட்டிலேயே சுவரையும் ஜன்னலையும், பார்த்துக்கொண்டு கொஞ்ச நேரம் பொழுதுபோயிற்று.

விளையாட்டு எப்போது முடிகிறது. மறுபடி கதவு கதவாக, சுவர் சுவராக, ஜன்னல் ஜன்னலாக எப்போது நம்மைச் சுற்றிலும் வந்து சேர்ந்துவிடுகிறது என்று தெரியவில்லை. இப்படி யோசிக்கிறது இன்னொரு விளையாட்டு. இது இன்னும் கொஞ்ச நேரத்துக்குப் போகும்.

தொங்கப் போட்டிருந்த காலில் ஏதோ உட்கார்ந்த மாதிரி இருந்தது. லேசாக உதட்டைக் குவித்து ஊதின காற்று தோலைத் தொட்டது. மறுபடியும் சேலை முந்தானை காற்றில் விசிறி, முகத்தில் பட்டு உடனே விலகின மாதிரி, குனிந்து பார்த்தால் ஒரு வண்ணாத்திப் பூச்சி கட்டிலுக்குக் கீழ்ச் சுவரில் உட்கார்ந்து உட்கார்ந்து இடம் மாறிக்கொண்டு இருந்தது. சுவரை முட்டித் திறந்து அந்தப்பக்கம் போய்விடுகிற முயற்சி.

எப்போது உள்ளே வந்தது என்று தெரியவில்லை. ராத்திரி வந்து இருக்கலாம். நல்ல கறுப்பில் மஞ்சள் புள்ளிகள். மஞ்சள் கூட அல்ல. பாசிப்பயறு பச்சை. இரண்டு பெரிய கடல் சிப்பிச் சிறகுகள். ராமேஸ்வரம் கடல்போல அலை அதிகம் இல்லாமல்

தண்ணீர் கால் வரை வர, அதில் அலம்பி அலம்பி அசைகிற படர்தாவரம் மாதிரி சிறகு அசைந்துகொண்டே இருந்தது.

கடைசி அறை கிடைத்ததில் கொசுவும் வயல்காட்டுப் பூச்சியும் அதிகப்படி இடைஞ்சல் என்றால் இந்த வண்ணாத்திப் பூச்சி அனுகூலம். "நீ தனியாக இருக்கிறாயே, பாவம்" என்று வந்திருக்கலாம். மற்ற நேரம் என்றால் இதற்குள் பிடித்திருப்பேன். கிளியும் வண்ணாத்திப் பூச்சியும் இடது கைச் சுட்டுவிரலில் இருக்கும்போது எவ்வளவு அழகாக இருக்கும் என்பதை அப்படி வைத்துப் பார்த்தால்தான் தெரியும்.

அதுவும் வண்ணாத்திப் பூச்சியை விரலில் வைத்து உயர்த்திப் பிடித்துப் பார்த்துக்கொண்டே இருக்கவேண்டும். சிறகு விரிவதும் மடங்குவதுமாக அது முழு உலகத்தையும் விரல் நுனியிலிருந்து பார்த்துக் கொண்டிருக்கும். பதிலுக்கு நாம் அதையே பார்த்துக் கொண்டிருக்கலாமே தவிர பேசக்கூடாது. பேசாமல் இருப்பது தான் அப்போதைய பேச்சு.

ஆனால் கிளிகளுடன் பேசலாம். விசில் அடிக்கலாம். அது திருப்பிப் பேசாது. கூப்பிடாது. கண்ணை ஜவ்வு ஜவ்வாகச் சிமிட்டும். நாம் மீண்டும் பேசலாம். விசில் அடிப்பது உத்தமம். பிடிக்காவிட்டால் "என்ன பேசுகிறாய், போ" என்று அலுத்துக் கொண்டு படபடவென்று நம் தோளில் போய் உட்கார்ந்து கொள்ளும்.

ஒன்று நிச்சயம். இரண்டுமே ஏற்கனவே தான் பறந்ததை அல்லது இனிமேல் பறக்க வேண்டியதைப் பற்றித்தான் யோசித்துக்கொண்டு இருக்கும். இவன் பறக்கிறதோடு சேர்த்தியா நடக்கிறதோடு சேர்த்தியா என்று தீர்மானிக்கிறவரை நம்முடன் பொழுது போக்கும். அதற்கு வீடா, ஆஸ்பத்திரியா, கூண்டா, கண்ணாடித் தடுப்பா என்பது பற்றியெல்லாம் பெரிய கவலை இருக்காது.

சுத்தம் பண்ணுகிறபோது எங்கே போய் ஒளிந்து கொண்டிருந்தது இது என்று தெரியவில்லை. வாரியலுக்கும் துடைப்பானுக்கும் தப்பித்து கட்டில் விளிம்பில் ஒட்டிக் கொண்டதோ என்னவோ.

இன்றைக்கு டூட்டி நர்ஸ்கள் யார் யாராக இருக்கும். நான்கு பேரில் அதிகம் பேசாமல் கொஞ்சம் போலச் சிரித்துக் கொண்டு ஒரு கறுத்த பிள்ளை வரும். அதற்குத்தான் வண்ணாத்திப் பூச்சி, கிளி எல்லாம் பிடிக்கக்கூடும் என்று தோன்றுகிறது. இன்றைக்கு அது டூட்டியில் இருக்கிறதோ என்னவோ அப்படியே இருந்தாலும் இதைப் பிடித்துக் கொடு என்றெல்லாமா சொல்ல முடியும்.

இவள் இருந்தாள் இவளிடம் சொல்லலாம். ஆனால் பிடித்துத் தரமாட்டாள். அவளுடைய தர்க்கமே வேறு மாதிரியாக இருக்கும்.

"நம்ம வீட்டுல இருந்தீங்க. ஆபிஸில இருந்தீங்க. இப்போ ஆஸ்பத்திரியிலே இருக்கிறீங்க. அது மாதிரி செடியில, கொடியில, பூவுல எல்லாம் இருந்துட்டு இப்படிக் கட்டிலுக்கு அடியில இருக்கணும்னு இன்றைக்கு அதுக்கு எழுதியிருக்கு" என்று சொல்வாள்.

"நீ வந்து அதைப் பிடிக்கணும் என்று அதே மாதிரி எழுதி யிருக்கலாம் இல்லையா. அப்படி நினைச்சுக்கிட்டுப் பிடியேன்" என்றால், "அப்படி இருந்தால் அது தானாக நடக்கும். நீங்க சொல்லி நடக்காது" என்றுதான் பதில் சொல்வாள்.

"கடைசியில் பாரு. தானாக நடக்கணும் என்றால், நீ பிடிக்கிறதுக்குப் பதில் பல்லிதான் அதைப் பிடிக்கப் போவுது"... அடுத்தாற்போல இப்படித்தான் நான் சொல்லவேண்டும். ஏற்கனவே நடந்த உரை யாடல்களின் வரிகளை அழித்து மீண்டும் புதிய உரையாடல்களை எழுதிக் கொண்டே போவது சுலபமாக இருந்தது. இன்றைக்கு என்னவோ மனம் வேறு வேறு திசைகளுக்கு எல்லாம் போய்த் திரும்புகிறது.

இந்தப் பத்துப் பதினைந்து நாட்களில் உடம்பு முற்றிலும் குணமாகி விட்டிருக்கவேண்டும். முந்தின ராத்திரி விழிப்பு. அந்த முடி கருகின வாடை விழிப்புக்கு அப்புறம் வந்த கனவு. சேர்ந்தாற் போல ஒரு முழுப்பகல் இவள் இருக்கமாட்டாள் என்கிற நிலையில் உண்டான ஆஸ்பத்திரித் தனிமை. இந்த வண்ணாத்திப் பூச்சி.

வலது கையில் பெரிய கட்டுப் போட்டிருக்கிறபோதும் தினசரி ஒவ்வொரு அறையாகத் துடைத்துக்கொண்டு போகிற அந்த ஐம்பது வயதுக்கும் மேலே இருக்கக்கூடிய ஆயா. அந்தப் புறம் என்ன இருக்கிறது என்று தெரியாமல் அடைத்திருக்கிற கண்ணாடி நிறம். நான் வந்து சேர்ந்த தினத்தில் இருந்து ஒரு நொடி கூட நிற்காமல் சுற்றிக்கொண்டே இருக்கிற மின்விசிறி.

உடல் முழுவதும் மழிக்கப்பட்ட பின் இப்போது வெள்ளையும் கறுப்புமாகத் துளிர்த்து வருகிற புல். இதைவிட இதைச் செய்து விடுவதற்காகக் கதவைச் சாத்திக்கொண்டு வந்த அந்த இளைஞனின் மௌனம். அது முடியும்வரை என்னிடம் ஓடிக் கொண்டே இருந்த, ஒரு வகைக் குறுகல். வலியைவிட அவமானப் படுத்துகிற நோயின் இது போன்ற பக்கங்கள்.

வந்து கொண்டிருக்கிற ஒவ்வொருத்தரிடமும் திருப்பித் திருப்பி இங்கே வந்த விதத்தை நானோ இவளோ சொல்ல வேண்டியி திருப்பதில் ஒரு கட்டத்தில் உண்டாகிற அலுப்பு. அப்படிப் பார்க்க வருகிறவர்களில் பாதிப்பேர் அவரவர் சம்பந்தப்பட்டு ஆஸபத்திரியில் இருந்த நாட்களைச் சொல்வது. தன்னுடைய மோசமான உடல்நிலைக்கு மத்தியிலும் இரண்டு நாட்களுக்கு ஒருமுறையாவது இரவு ஏழு மணி எட்டு மணிக்குமேல் வந்து (சாயங்காலம் வந்தால் உறவுக்காரங்க, ஆபிஸ்காரங்க என்று மாற்றி மாற்றி வந்துக்கிட்டு இருப்பாங்க. நிதானமா இப்படி உட்கார்ந்து பேசமுடியாது) ரொம்ப நேரம் பேசி விட்டுப் போகிற இசக்கிமுத்து. அவர் வந்து போன பிறகும் அவரால் புதுப்பிக்கப் பட்டு என்னுடன் தங்கிவிடுகிற சின்ன வயது ஞாபகங்கள்.

இன்னும் மிஞ்சுவது சில தினங்கள்தான் என்று தெரிந்த பிறகும், அதுவரை இங்கேயே வைத்திருக்க முடிவு செய்யப் பட்டுவிட்ட மூன்றாவது அறைக்காரர். இவளிடம் வந்து “எப்படி இருக்காங்க” என்று என்னை விசாரித்துவிட்டுக் கண்ணைத் துடைத்துக்கொண்டே போகிற அவருடைய மனைவி.

என்றைக்கும் இல்லாததுபோல் நான் மட்டும் இருக்கிற இன்றைக்கு, என்னை அப்படியே ஏந்தி ஒரு தோணிபோல மிதக்க விடுகிற ஒரு கனமான அல்லது உப்புத் தண்ணீர் மாதிரி அடர்த்தியான இந்த வெளிச்சம் எல்லாம் சேர்ந்து மனதை என்னவோ செய்திருக்கிறது.

யாரும் இன்றைக்குப் பார்க்க வரவில்லையே என்றிருக்கிறது. யாரும் பார்க்கிறதற்கு வரவேண்டாம். இப்படியே இருந்து விடலாம் என்றும் இருக்கிறது.

காலையில் சாப்பிட்டாயிற்று. மாத்திரை, ஊசி முடிந்தது. மத்தியானம் கான்டீனில் இருந்து வந்துவிடும். மறுபடி கொஞ்சம் நேரம் ஜன்னலைத் திறந்துகொண்டு நின்றால் அவள் வருகிற வரை பொழுது போய்விடாதா. நினைத்துக்கொண்டு இருக்கும் போதே கீழ்த்தட்டும் மூடின மேல்தட்டுமாக மத்தியானச் சாப்பாடு வந்து விட்டது.

“அம்மா இல்லையா ஸார்” என்று சிரித்தார். ஆமோதிக்கிற பதில் சிரிப்பு என்னிடம். “அம்மா இருந்தா அவுங்களே வாங்கி வச்சிருவாங்க” என்று சொல்லிவிட்டுப் பக்கவாட்டு பெஞ்சில் வைத்தார். “சாப்பிட்டுட்டு மறுபடியும் இங்கேயே வச்சிடுங்க ஸார். வந்து எடுத்துக்கிடுதேன்” என்று சொன்னவர் வேறொரு இடத்தில்

சற்றுத் தள்ளி இருந்த தண்ணீர் ஜாடியையும் தம்ளரையும் எடுத்து வைத்தார். "ஒத்தையில இருக்கீங்க. பக்கத்தில் எல்லாம் இருந்தா கொஞ்சம் உங்களுக்கு வசதியாக இருக்குமில்லையா ஸார்" என்று புறப்பட்டார்.

"வீட்டுவரை போயிருக்காங்க. வந்திருவாங்க" என்றேன்.

"ஜனாதிபதி வர்றாங்க ஸார். பஸ்ஸை எல்லாம் திருப்பி விட்டுட்டாங்க. ஸ்கூல் எல்லாம் மத்தியானத்துக்கு மேலே லீவு" என்று போக்குவரத்து எப்படித் திருப்பி எங்கே விடப் பட்டிருக்கிறது என்று விவரம் சொன்னார்.

"அம்மா வருகிறதுக்கு கொஞ்சம் முன்னே பின்னே ஆகும் ஸார் நிச்சயமா" கதவைச் சாத்திவிட்டுப் போகும்போது அவர் சொன்னது கதவுக்கு உட்புறம் விழுந்தது.

நிச்சயம், நிச்சயமில்லை என்ற வார்த்தைகளுக்கும் இந்தக் கட்டடத்திற்கும் என்ன தொடர்பு என்று தோன்றியது.

மூன்றாவது அறைக்காரர் முகம் கூடத் தெரியாது. ஆனால் அவர் முகம்போல ஒரு முகம் தெரிந்தது எனக்கு.

அவர் இங்கே புறப்படுவதற்கு முன்பு சாமி கும்பிடும்போது பத்திக் கட்டில் ஒன்றோ இரண்டோதான் இருந்திருக்கும். வாங்கி வைக்கவேண்டும் என்றுதான் நினைத்திருப்பார். சமீபத்தில் வாங்கின செருப்பு ஆஸ்பத்திரிக்கு எதற்கு என்று பின்பக்கம் வரை போய் ரப்பர் செருப்பைப் போட்டுக் கொண்டு கிளம்பியிருப்பார். மகளைப் பார்த்து, "அணில் கடிக்கப் போகுது. துணி சுத்தி வையும்மா எல்லாத்துக்கும்" என்று நிறையப் பிஞ்சு விட்டிருக்கிற மாதுளஞ் செடியைப் பார்த்துச் சொல்லியிருப்பார். ஆட்டோவில் வரும் போதே அவருக்குப் பிடித்த பழைய திரைப் படப் போஸ்டரைப் பார்த்துவிட்டு அதிலுள்ள ஒரு பாடலை மனதுக்குள் பாடியிருப்பார். ஆஸ்பத்திரியின் புறநோயாளிகள் நாற்காலியில் காத்திருக்கிற ஒரு நண்பரிடம் கூட மிகச் சாவகாச மாக "கொஞ்சம் உடம்பு சேட்டை பண்ணுகிறமாதிரி இருந்தது. சும்மா அப்படியே ஒரு செக் அப்பண்ணிக் கிட்டுப் போகலாம்னு வந்தேன்" என்றுதான் சொல்லியிருப்பார்.

இந்த வண்ணத்துப் பூச்சியும் போய்விடலாம் என்றுதான் வந்திருக்கும். இப்போதுகூட அது திரும்பிப் போவதற்குத்தான் முயற்சி செய்து கொண்டு இருக்கலாம்.

இதற்கு எல்லாம் மத்தியில் எது நிச்சயம். எது நிச்சயமில்லை.

சட்டென்று அந்த வார்த்தை எல்லாவற்றையும் கலைத்து விட்டது போல இருந்தது. இந்தச் சாப்பாட்டுத் தட்டின் மூடியைத் திறப்பதற்கு முன் அதற்குள் என்னென்ன இருக்கும் என்பதைக் கூட என்னால் நிச்சயமாகச் சொல்லமுடியாது என்று தோன்றியது. இரண்டு முருங்கைக்காய் துண்டு இருக்குமா. பொலுபொலுவென்று வெள்ளையாய் உதிர்கிற ஒரு கொத்து முருங்கைப் பூவைக் கொறித்து விட்டு, இன்னொரு கிளையின் கொத்துக்குப் படக் படக்கென்று நகர்கிற ஒரு அணில் குஞ்சின் அடுத்த கொறிப்பின் நிச்சயம், கழிப்பறைக் கூரையில் பதி போட்டுக் கொண்டிருக்கிற சாம்பல் பூனையிடமா அல்லது வேறெங்கும் இருக்கிறதா.

எல்லாக் கதவுகளையும் திறந்துவிட்டு வெளியே போய்விடலாம் என்று தோன்றுகிறது. எல்லாவற்றையும் இல்லாவிட்டாலும் இந்த ஜன்னல் கதவையாவது திறந்துகொண்டு நிற்கலாம். நான் போக முடியாவிட்டாலும் இந்த இத்தனை நேரக் கறுப்புச் சிறகடிப்பிற்காவது ஒரு வழி கிடைக்கலாம். அது உட்கார வேண்டிய பூ இந்தப் பிற்பகலின் வெயிலில் ஒரு எருக்கலஞ்செடியில் மலர்ந்திருக்கலாம்.

வழக்கம்போல, காய்ந்து கிடக்கிற வயல் கட்டம் கட்டமாகத் தெரிந்தது. கொஞ்சம் தள்ளி நடவு ஆகியிருக்கிற ஒரு வயலில் நாரைகள் இரண்டு இறங்கிக் கொண்டிருந்தன. இறங்கிவிட்ட நாரையைவிட இப்படிப் பறந்து கீழ் இறங்கிக் கொண்டிருக்கிற நாரையின் வெள்ளை அசைவு நன்றாக இருந்தது.

இளநீர்க்கடை போடுகிற இடத்தில் எதிர்வரிசையில் இரண்டு போலீஸ்காரர்கள். பத்துப் பதினைந்து அடி தள்ளி இன்னும் இரண்டு பேர். எவ்வளவு நேரமாக இப்படி நிற்கிறார்களோ. ஒரு வெள்ளரிப்பிஞ்சு வேண்டும் என்றால்கூட அவர்கள் நடந்து ரொம்ப தூரம் போகவேண்டும். ஒரு சலுகையாக, மருத்துவமனை கான்டீனில் இன்று அவர்கள் தேநீர் இலவசமாகக் குடித்திருக்கலாம். பெட்டிக் கடை இருந்திருந்தால் இதேபோல புகைபிடித்துக் கொள்ளவும் அவர்களுக்கு முடிந்திருக்கும்.

கூரியர் சர்வீஸ் கம்பெனியின் வாகனம், கம்ப்யூட்டர் மையத்தின் முன்னால் நிற்கிற மோட்டார் சைக்கிள்கள் எல்லாம் அப்படி அப்படியே உறைந்துவிட்டவை போல இருந்தன. சுத்தமாகப் போக்குவரத்து இல்லை. நெற்றியில் சிவப்பு விளக்குச் சுழற்றிக் கொண்டு ஏதாவது ஒரு போலீஸ் வாகனமாவது போயிருக்கலாம். ஒன்றுமில்லை. சைக்கிளைக்கூட அனுமதிக்கவில்லை போல. பார்த்துக் கொண்டிருக்கிற இவ்வளவு நேரமும், லாரியில் ஏற்றிக்கொண்டு

போன இரும்புத் தகடு தவறி விழுந்துவிட்டது போல புற வழிச்சாலை வெறுமனே கிடந்தது.

அவ்வளவு உள்ளூர் வெளியூர் கார்களையும் எந்த இடத்தில் நிறுத்தி வைத்திருக்கிறார்களோ. டவுன் பஸ் ஓடுகிறதோ இல்லையோ. வீட்டிலிருந்து இவள் புறப்படாமல் இருந்தாலும் பரவாயில்லை. முன்னேயும் போகமுடியாமல் பின்னேயும் போகமுடியாமல் ஏதாவது பஸ்ஸில் உட்கார்ந்திருக்கக்கூடாது. மனதார ஆட்டோவிலும் ஏறமாட்டாள். அவசரத்திற்காக இன்றைக்கு அதில் வருகிறாளோ என்னவோ. ஆட்டோகூட இந்தப் பக்கம் வருகிற மாதிரித் தெரிய வில்லை.

நான் பார்க்கும்போது இன்னும் நான்கைந்து நாரைகள் வயலில் இறங்கிக் கொண்டிருந்தன. அந்த வெள்ளையான சலனம். ரொம்ப நேரம் அசைவற்றுக் கிடக்கிற இந்த ரோட்டையே பார்த்துக் கொண்டிருக்கிற எனக்குத் தேவையாக இருந்தது. ஜனாதிபதி வந்து விட்டுப் போனபிறகுதான் ரோடு தன் சிறகுகளை உதறிக் கொண்டு பறக்கும்.

கதவை யாரோ தட்டினார்கள். விரல் கணுத் தட்டு. தாழ்ப் போடாமல் திறந்துதான் இருக்கிறது. என்றாலும் நாகரிகம்.

"வாங்க சும்மாதான் மூடியிருக்கு"

"உங்களுக்கு ரெண்டு மிகப்பெரிய விசிட்டர்ஸ்" அந்த நர்ஸ் கதவைத் திறந்துகொண்டு சிரித்தாள். இதுவரை பார்க்காத முகம். பார்க்காத சிரிப்பு.

ஜன்னல் பக்கம் நான் நிற்கிற கோணத்திலிருந்து இன்னும் முழுவதும் திறக்கப்படாத கதவும் அந்தச் சிரிப்பும் தெரிந்தது.

"கீழே உங்கள் பெயரைச் சொல்லி விசாரித்துக்கொண்டு இருந்தார்கள். கூட்டிக் கொண்டு வந்தேன். மிகவும் முக்கியமான பார்வையாளர்கள்" என்று ஆங்கிலத்தில் சொல்லும்போது அந்தச் சிரிப்பு இருந்தது.

இரண்டு புத்தகப் பைகள் இறக்கி வைக்கப்பட்டிருந்தன. யூனிபாரம் அணிந்த ஒரு சின்னப் பெண்குழந்தை சுவரில் கையை ஊன்றி நிதானித்துக்கொண்டு நின்றது. அந்தச் சிறுபெண்ணின் காலணிகளை ஒரு பையன் கழற்றுவதற்கு உதவிக்கொண்டு இருந்தான். மடங்கிக் குனிந்து சுருக்குகளை நெகிழ்த்தி அவசரமே இல்லாமல் ஒவ்வொரு காலில் இருந்தும் கழற்றி ஓரமாக வைத்தான்.

“சாக்ஸ் இருக்கட்டும் பாப்பா” என்றான். பாப்பா இப்போது நான் இருக்கிற பக்கம் பார்க்க ஆரம்பித்தது.

“உள்ளே வா குட்டி” என்று நர்ஸ் அழைத்தது. வரவில்லை. அந்தப் பையன் இப்போது தன்னுடைய இரண்டு காலணிகளையும் கழற்றி விட்டிருந்தான். நடந்து வந்ததில் முன்பக்கம் புழுதி படிந்திருக்கிற காலணிகள்.

“உள்ளே வாங்க ரெண்டு பேரும்” என்று நர்ஸ் மறுபடியும் கூப்பிட்டது.

“என்னைப் பார்க்கத்தானா” என்று சந்தேகமாகக் கேட்டேன். என்னைப் பார்க்கத்தான் என்று நர்ஸிற்கு நிச்சயமாகத் தெரியும் போல இருக்கிறது. கோடு போட்ட நோட்டிற்கு மேல் எழுதுவது போல, எப்போதும் இருக்கிற அந்தச் சிரிப்புக்கு மேல் பதில் வந்தது.

“உங்களைப் பார்க்கவேதான் ஸார். மாணிக்கவாசகம், அறை எண், 218. இவர்களைத் தானே பார்க்கவேண்டும்” என்று என்னிடமும் அந்தக் குழந்தைகளிடமும் நர்ஸின் பதில், சிரிப்பு, பார்வை எல்லாம் சரிபாதியாக நகர்ந்தது. இரண்டு குழந்தைகளையும் தோளில் கைபோட்டு உள்ளே அழைத்து வந்து, “இவங்க தான் அந்த ஸார்” என்று என்னை அறிமுகம் செய்வதுபோலச் சொன்னதும்,

“எனக்குத் தெரியும்” என்று அந்தப் பையன் என்னைப் பார்த்தான்.

“பின்னே என்ன... உட்கார்ந்து பேசிக்கிட்டு இருங்க...” பெண் குழந்தையின் கன்னத்தில் கிள்ளிவிட்டு “வருகிறேன் ஸார்” என்று நர்ஸ் புறப்பட்டது. அறையிலிருந்து கதவுக்கு அப்புறம் செல்கிற போது வெள்ளை நிறத்தைப் பார்வையிலிருந்து உருவினது போல இருந்தது. அந்த நாரை மறுபடி வயலில் இறங்கியது. ஒரு சில வினாடிகள்.

“நீங்களும் அத்தையும் எங்க வீட்டுக்கு வந்திருக்கீங்க” அந்தப் பையன் சொல்லுகையில் பெண் குழந்தை தன் யூனிபாரம் உடையின் பக்கவாட்டு மடிப்புகளை இழுத்துக்கொண்டே நின்றது.

“உட்காருங்க ரெண்டுபேரும்” என்று சொன்னேனே தவிர இரண்டுபேரும் யார் வீட்டுக் குழந்தைகள் என்றே தெரியவில்லை.

“எங்க அப்பா கூடப் பேசுகிறதுக்கு வந்தீங்க இல்ல ஒரு நாளைக்கு” அந்தப் பையனால் கண்களை விரித்து என்னுடன் பேச முடிந்தது.

“அப்பா பேரு?” நான் அந்தச் சிறுமியைப் பக்கத்தில் இழுத்துக் கொண்டே கேட்டேன். கட்டம் போட்ட சீருடை அணிந்த, இரட்டைச்

80 | பெய்தலும் ஓய்தலும்

சடை பின்னிய, சிவப்பு ரப்பர் வளையங்கள், மெலிந்த மணிக்கட்டு முடிச்சில் தடுக்கிக் கொண்டிருக்கிற யாரென்றே நான் அறியாத குழந்தை. இன்னும் கொஞ்சம் அணைத்துக் கொள்ளவேண்டும் போல இருந்தது. விடுவித்துக் கொள்வது போல அது என் கையில் விலக்கிக் கொள்ள முயன்றது.

"எத்திராஜ்" அப்பாவின் பெயர் சொல்லி அது புரியுமோ புரியாதோ என்று "காலனியில உங்க வீட்டில வாடகைக்கு இருக்கோம் இல்ல" என்று தொடர்ந்து சொன்னான். அவனுடைய பார்வை எந்த இடுங்கலும் இன்றி என் மீதே பதிந்து இருந்தது.

நான் வெளியே இருந்த காலணிகளைப் பார்த்தேன். புத்தகப் பைகளைப் பார்த்தேன். கழுவிச் சுவரில் காயவைக்கப்பட்டிருந்த காலணிகள் இவைதான். இந்தப் புத்தகங்களை மிதித்து விட்டுத் தான் கண்களை ஒற்றிக்கொண்டு என் மனைவி பைக்கில் ஏறுவதற்கு ஓடி வந்தாள். இந்தப் பிள்ளைகளின் அம்மாவுக்குத்தான் உடம்புக்குச் சரியில்லை. அதை விசாரிக்க வீட்டுக்குள் போயிருக்கும் போது தான் நான் பைக்கை உதைத்துக் கிளப்பிக்கொண்டு காத்திருந்தேன். இந்தப் பையனின் அப்பாவையும் என்னையும் தான் தெருவே வேடிக்கை பார்த்தது.

"சரி, சரி. ஞாபகம் வந்துட்டுது." அந்தப் பெண் குழந்தையைத் தளர்த்திய கையோடு அவனை இழுத்துக்கொண்டேன்.

"காலையில் ஸ்கூலுக்கு வருகிறதுக்கு நிற்கும்போது அத்தை பஸ்ஸில் இருந்து இறங்கினாங்க. அம்மா நல்லா இருக்காங்களா"ன்னு கேட்டாங்க. "ஆஸ்பத்திரியிலே இருந்து வாரேன். மாமாவுக்கு உடம்புக்குச் சரியில்லைப்பா"ன்னு சொன்னாங்க.

அவள் அப்படிச் சொல்லும்போது அழுதிருப்பாளோ என்று தோன்றியது.

"மீரா குட்டியை அத்தைக்குப் பிடிக்கும். இன்றைக்கும் அது கிட்டே விளையாட்டுக் காட்டினாங்க." தங்கச்சியைப் பார்த்தபடியே என்னிடம் அந்தப் பையன் சொல்லும்போது முதன் முதலாக மீரா சிரித்தது.

சிரித்தவுடன் பூட்டுத் திறந்துவிட்டதுபோல, மருந்து மாத்திரைகள் வைத்திருக்கிற ஜன்னல் விளிம்பு வரை போய் ஒரு தேன் கலர் பாட்டிலைச் சரித்து அதனுள் இருக்கிற மாத்திரைகள் சரிவதை வேடிக்கை பார்க்க ஆரம்பித்துவிட்டது. டார்ச் விளக்கை எடுத்து

உள்ளங்கையில் பதித்து அடித்துவிட்டுக் கவிழ்த்தி வைத்தது. கருப்பு பாக்கெட் டிரான்சிஸ்டரை இயக்கிக் காதோடு வைத்துக் கேட்டது.

"பாப்பா இங்கே வா" என்றதும் உடனே ரேடியோவை வைத்து விட்டு அண்ணன் பக்கம் வந்தது. அணைக்காத ரேடியோ... நான் அதை நிறுத்துவதா வேண்டாமா என்று யோசித்து நிறுத்தாமல் விட்டேன். அடுத்த பாட்டுத் துவங்கியிருந்தது.

"அத்தைக்கு அந்தப் பாட்டுப் பிடிக்கும்" என்று சிரித்தேன். பையனும் பதிலுக்குச் சிரித்தான்.

"எங்க ஸ்கூல் எந்தப் பக்கம் இருக்குன்னுஅத்தை கேட்டாங்க. இங்கே தான் என்று சொன்னேன். ஆஸ்பத்திரியும் அதுக்குப் பக்கத்திலேயே தானே இருக்குன்னு அத்தைக்கு ஆச்சரியம்" கொஞ்சம் கொஞ்சமாக அவன் ஒரு பெரிய பையனைப் போலத் தகவல்களைச் சொல்லி வருவது போல இருந்தது.

வாசலில் வைத்திருக்கிற பை, காலணி எல்லாம் வேறு யாருடையதோ போலவும் அவை பத்திரமாக இருப்பதைப் பற்றி அவனுக்கு எந்தச் சந்தேகமும் இல்லாதது போலவும் என்னை மட்டும் பார்த்துப் பேசிக் கொண்டிருந்தான்.

"பிரஸிடெண்ட் வருகிறாங்கன்னு பஸ்ஸை எல்லாம் திருப்பி விட்டுட்டாங்க. இங்கே பஸ் வராது. சர்ச் ஸ்டாப் வரைக்கும் நடந்து போய்த்தான் ஏறணும்" என்று சொன்னான்.

மீரா இப்போது வாஷ்பேசின் பக்கம் போய் குழாயைத் திறந்து கொண்டும் மூடிக்கொண்டும் இருந்தது.

"தங்கச்சி கூடப் போயிக்கிட்டு இருக்கும்போதே ஆஸ்பத்திரியைப் பார்த்ததும் அத்தை ஞாபகம் வந்தது." அவன் அத்தை இருக்கிறாளா என்பதைப் போல முதன் முறையாக என்னைத் தவிர்த்து மற்ற இடங்களைப் பார்த்தான்.

"அத்தை இல்லை. வீட்டிலிருந்து இன்னும் வரலை" நான் அவளை ஒளித்து வைத்திருக்கவில்லை என்பது போல இருந்தது நான் சொன்னது.

"நீங்க இருக்கீங்க இல்ல." அவன் சட்டைப் பையிலிருந்து துளாவி ஒரு பஸ் டிக்கட்டை எடுத்தான். மடித்த பச்சை டிக்கட். டிக்கட்டின் பின்புறம் ஆஸ்பத்திரி பெயர், என் பெயர், அறை எண் எல்லாமே நுணுக்கி எழுதப்பட்டிருந்தது.

"அத்தைதான் எழுதிக் கொடுத்தாங்க" என்றபடியே ஜன்னல் பக்கம் போனான். போக்குவரத்து சரியாக ஆரம்பித்துவிட்டதா என்பது போலக் கொஞ்சநேரம் பார்த்தபடியே நின்றான்.

"எங்க ஸ்கூல் வலது பக்கம் உள்ளே தள்ளி இருக்கு." இங்கே யிருந்து பார்த்தால் தெரியாது என்பதைத்தான் அப்படி என்னிடம் சொல்லியிருக்க வேண்டும்.

நான் அவன் பின்னால் நின்று, அவனுடைய இரண்டு தோள்களிலும் கையை வைத்து ஜன்னல் வழியாக வெளியே பார்த்துக் கொண்டு நின்றேன்.

உண்மையைச் சொன்னால் எதையும் பார்க்கவில்லை என்று தான் சொல்லவேண்டும். அப்படித் தோளைப் பிடித்துக் கொண்டு நிற்பதற்காகவே நின்றேன். அவள் இருந்திருந்தால், அவளை நானும் அவள் இவனையும் இவன் மீராக்குட்டியையும் தோள்களில் கை வைத்தபடி ஏறுவரிசையில் நிற்கலாம்.

கச்சிதமான ஒரு ஆயுள் காப்பீடு அல்லது வங்கி விளம்பரம் போல அது இருக்கக்கூடும்.

மறுபடியும் யாராவது கதவைத் தட்டக்கூடாதா. அப்படித் தட்டிக் கொண்டு இவளே வந்துவிட்டால் அந்தப் புகைப்படம் பூர்த்தியாகி விடும் அல்லவா. நான் இருக்கிறேன். அவள் வந்துவிட்டாள். அப்புறம் இவன். கடைசியில் மீராக்குட்டி.

"மீராக்குட்டி எங்கே?" இரண்டு பேருமே திரும்பினோம்.

கட்டிலுக்குக் கீழே குனிந்து உட்கார்ந்து அது உள்ளே போய்க் கொண்டிருந்தது.

மெதுவாக நீள்கிற அவளுடைய வலது கை பிடித்துவிடுகிற தூரத்தில், அசையும் சிறகுகளுடன் அந்த வண்ணாத்திப்பூச்சி இருந்தது.

புதிய பார்வை, டிசம்பர்
1. 15. 2006

தத்தளிப்பு

*எ*ன்ன பேசப்போகிறேன் என்பதை இன்னும் தீர்மானிக்க முடிய வில்லை. அதற்குள் இறங்க வேண்டிய இடம் வந்துவிட்டது.

"நான் பஸ்ஸில் வந்துவிடுகிறேன், கார் எதுவும் அனுப்ப வேண்டாம்" என்று சொல்லும்போதே, "பள்ளிக்கூடம் நடந்து வருகிற தூரம்தான்" என்று வரலட்சுமி சொல்லியிருந்தாள்.

"இப்படி இறங்கி இப்படி ஏறிட்டுப் பார்த்தால் எங்க ஸ்கூல் தான்" இதைச் சொல்லும்போது அவளே பஸ்ஸிலிருந்து இறங்குவது மாதிரிக் குனிந்து, எதிரே இருக்கிற பள்ளிக்கூடத்தைக் காட்டுவது போலக் கையை உயர்த்திக் கொண்டு நின்றாள். இடதுபக்கம் ஸ்பிரிங் மாதிரிச் சுருள் சுருளாக ஒதுங்குகிற முடி நாச்சியார் டீச்சரை ஞாபகப்படுத்தியது.

"வியாச நோட்டைத் தூக்கிக்கிட்டு உங்க வீட்டுக்கு வந்தது இப்ப கூட அப்படியே தெரியுது. டீச்சர் குடையை மடக்கிக் கிட்டுக் கதவைத் திறக்கிறாங்க. ஒரு பெரிய சிமெண்ட் தொட்டியில இருந்து சோதி, காலைக் கழுவிக்கிட்டு வீட்டுக்குள்ள போறாங்க. அது உங்க வீடு. டக்குண்ணு நீ உள்ளே போயிருதே, நான் நடையிலேயே நிக்கேன். நோட்டு கனம் வேற. ஐரீஸ் இங்க் லேபிள் ஒட்டின என் நோட்டுதான் மேல இருக்கு. 'உள்ளே வா'ண்ணு டீச்சர் சொல்லுதாங்க. "மேஜையில வையிப்பா"ன்னு சொன்னதும் வைக்கிறேன். உங்க வீடுண்ணா இப்பவும் எனக்கு முதல்ல ஞாபகம் வரது அந்த சிமெண்ட் தொட்டி, அப்புறம் டீச்சரோட மேஜையில இருந்த ஒரு பேப்பர் வெய்ட்டும், அந்த மை ஒத்தி எடுக்கிற இதுவும்தான்.

இன்னும் கூட இதுண்ணுதான் சொல்லத் தெரியுதே தவிர அதுக்கு என்ன பேருண்ணே தெரியலே. ஜெயகாந்தன் "ஆடும் நாற்காலிகள் ஆடுகின்றன'ன்னு ஒரு கதை எழுதியிருப்பாரு. அந்த ஆடும் நாற்காலி மாதிரித்தான் அது இருக்கும்."

"டீச்சரும் நீயும் ட்ரஸ் மாத்த உள்ளே போயிட்டீங்க. நான் அந்தப் பேப்பர் வெய்ட்டையும் ப்ளாட்டிங் பேப்பரையுமே பாத்துக்கிட்டு உட்கார்ந்திருக்கேன். சங்கு புஷ்பத்தையும், அவுரிப் பூவையும் உள்ளே பூத்து வச்ச மாதிரி வயலட்டும் மஞ்சளுமா நெளிஞ்சுக்கிட்டு இருக்கு. ரோஸ் கலர் ப்ளாட்டிங் பேப்பரில் சிவப்பும் ஊதாவுமா தெளிச்ச மாதிரி இருக்கு. அதுக்கப்புறம் எத்தனையோ பேப்பர் வெய்ட்டப் பார்த்தாச்சு. கையில உருட்டியாச்சு. மேஜையில சுத்தி விட்டு, சுத்தின கையாலே அமுக்கியாச்சு. ஆனா, இன்னும் உங்க வீட்டுப் பேப்பர் வெய்ட்டும் அதுக்குள்ளே இருந்த வயலட் நிறமும்தான் உள்ளே தங்கியிருக்கு. இன்னொரு வகையில பார்த்தா, கொஞ்சம் கனமா, கைக்கு அடக்கமா, கீழே தட்டையா மேலே கூடாரமா, உள்ளே தண்ணிக்குள்ளே இருந்து மூச்சுவிடுகிற மாதிரி குமிழ் குமிழா, கொஞ்சம் நீலமா, கொஞ்சம் மஞ்சளா, கீழே விழுந்தாலும் உடைஞ்சு போகாதுங்கிற மாதிரி அப்படி நமக்கு, ஏதாவது வேண்டியிருக்கு போல"

"உடைஞ்சு போகாதுண்ணு நீ சொல்லுதே சுந்தரம். எனக்குத் தெரியும். எங்க அம்மைக்குத் தெரியும். பேப்பர் வெய்ட்டிலே எவ்வளவு சில்லு விழுந்திருக்குண்ணு. அப்பாவுக்குக் கையில கிடைக்கறதைத் தூக்கி எறியணும். அப்படி எறியறது கனமா வேறே இருக்கணும். ஆள் மேலே எல்லாம் எறியக் கூடாது, ஆனால் எதிரே நிக்கிறவங்களைப் பதற வைக்கிற மாதிரி எறியணும்."

"சாப்பிட்டுக்கிட்டு இருக்கும்போது கோபம் வந்தா, வெங்கல டம்ளர், அம்மிக் குழவி மேல விழும். வீட்டுக்குள்ளே நுழைந்த உடனேண்ணா பேப்பர் வெய்ட் வாசல்ல இருக்கிற கல் தூணில் பட்டுத் தெரிக்கும். புதுசா வாங்கி வச்சிருந்த பவுடர் டப்பா இடுப்பு ஒடிஞ்சுது மாதிரி நசுங்கி அந்திமந்தாரைச் செடிக் குள்ளே போய்விழும்."

"பொறுக்கி, தொட்டித் தண்ணியிலே கழுவி, உள்ளே எடுத்து கிட்டு வர்ரது என் வேலை. அதைவிடக் கஷ்டம் பவுடர் டப்பா காலியாகிற வரை அந்த நெளிசலைப் பார்த்துக்கிட்டே உள்ளங்கையில தட்டணும். நாச்சியார் டீச்சர் மாதிரின்னு எல்லோரும் சொல்லுதீங்களே இந்தத் தலைமுடி (வரலட்சுமி இப்போது இடது கைவிரல்களால் இடது பக்க முடிச்சுருளை எடுத்துக் காட்டுகிறாள்) இதைத் தூங்கும்

போதே கத்திரியால வெட்டித் தூரப் போட்டிருக்காரு தெரியுமா ஒரு தடவை? அம்மா மாதிரி இருக்காம், இருக்கப் படாதாம்.”

“என்ன சுந்தரம், அப்படியே நின்னுட்டே.”

“ஏதோ பழைய ஞாபகம் லட்சுமி”

“ஞாபகமே பழசு தானே”

“அங்கே ஓடி இங்கே ஓடி சட்டுண்ணு இப்படி எங்கேயாவது நிற்கும்போது ஆற்றில் குனிஞ்சு அள்ளுகிற மாதிரி அள்ளிப் பார்த்தா ஏந்தின கையில பழசுதான் புதுசா இருக்கு. தேங்காய்ச் சிரட்டையில ரொம்பியிருக்கிற மழைத்தண்ணி மாதிரி.”

“சுந்தரம் ஸ்கூல்ல வந்து பேசுண்ணு சொன்னா, எனக்குப் பேசத் தெரியாதுங்கிற. ஆனா புதுசு, பழசு, ஆறு, மழைன்னு ஏதேதோ பேசிக்கிட்டே போற. இப்படியே வந்து ஏதாவது பேசு சுந்தரம்,”

“யூனிவர்சிட்டி செமினார்ல பேப்பர் வாசிக்கிறது சுலபம். ஆறாங் கிளாஸ்லே இருந்து பத்தாங்கிளாஸ் வரை படிக்கற பிள்ளைகளுக்கு மத்தியிலே பேசறது அப்படி இல்லங்கிறது உனக்குத் தெரியும்.”

“கடைசியிலே இப்படிச் சொல்லிருவே”. வரலட்சுமி உட்பக்கமாகத் திருப்பிக் கட்டியிருந்த கைக்கடிகாரத்தைப் பார்த்துக் கொண்டாள். “நீ நினைக்கிற மாதிரி படிக்கிற பிள்ளைங்க மாத்திரமில்ல. அவங்க அம்மா, அப்பா, இந்த ஸ்கூல்ல ஏற்கனவே படிச்சிட்டு இந்த ஊரிலே இருக்கறவங்க. ஒரு சம்பந்தமும் இல்லாமல் என்னடா ஸ்கூல்ல சீரியல் செட், ஸ்பீக்கர் எல்லாம் கட்டியிருக்காங்களேண்ணு எட்டிப் பார்க்கிறவங்க, ஆறு மணி பஸ் வருகிற வரைக்கும் நிழலிலே உட்கார்ந் திருப்பமேண்ணு வர்ற ஈ.பி.ஒயர்மேன் தங்கசாமி... எல்லோரும்தான் வருவாங்க. நீ இதுவரைக்கும் நூறு கதை எழுதியிருப்பியா, இது நூத்தி யோராவது கதைண்ணு நினைச்சுகிட்டுப் பேசு. பதினெஞ்சு வருஷமா இந்த ஸ்கூல்ல இருக்கேன். பத்துப் பன்னிரண்டு வருஷத்துக்கு அப்புறம் உன்னைப் பார்க்கிறேன். தற்செயலா ஆண்டு விழா வருது. வழக்கமா பஞ்சாயத்துப் பிரெசிடெண்ட், பக்கத்து ஊர் பாங்க் மேனேஜர் இல்லை, மாவட்டக் கல்வி அதிகாரின்னு யாரையாவது கூப்பிடுவோம்.

இந்தத் தடவை நீயா இருக்கட்டுமே, அவங்க பேசுறதை எல்லாம் விட நீ நல்லாப் பேச மாட்டியா. பேச்சை விடு சுந்தரம். நான் ஹெச்சம்மாக இருக்கிற ஸ்கூல். நீ வரணும்னு நினைக்கிறேன்.”

“எனக்குக் கொடுக்கிற கௌரவமா லட்சுமி”

"நீ எனக்குக் கொடுக்கிறதாகக்கூட இருக்கலாம் இல்லையா!" வரலட்சுமி அழகாகச் சிரித்தாள். சினிமா வசனங்களுக்கு அப்புறம் வருகிற ஒரு சினிமா நாயகியின் சிரிப்பு. சரிதானே அதுவும்.

வரலட்சுமி நிகழ்ச்சி நேரத்தையும் பஸ் வந்து சேர்கிற உத்தேச நேரத்தையும் உறுதி செய்தாள். செல்பேசி எண் கொடுத்தாள். "டவர் கிடைச்சால் உன் அதிர்ஷ்டம்" என்றாள், தலைமுடியை ஒதுக்கி விட்டுக் கொண்டு மறுபடி சொன்னாள்.

"இறங்கின உடனே ஏறிட்டுப் பார்த்தா எங்க ஸ்கூல்தான்."

பஸ்ஸை விட்டு இறங்கும்போது இரண்டுபேர் வணக்கம் சொன்னார்கள். முன்னால் நின்றவர், கிட்டத்தட்ட ஆறடி உயரம் இருந்தார். பழுப்பு நிற மீசை அழகாக இருந்தது. பாடகர் யானியின் முகம் முன்னால் வந்துவிட்டுப் பின்னால் போனது.

"வணக்கம்" என்று கூப்பின கைகளோடு பூனைக் கண்கள் சிரித்தன.

"வணக்கம் ஐயா" என்று பக்கத்தில் இருந்த பெண் கும்பிட்டது. காலைச் சுழற்றிச் சுழற்றிப் போட்டு அருகில் வந்தது. "அது நல்லுசாமி அய்யா, நான் தாமரைச் செல்வி என்று அறிமுகம் செய்து கொண்டது."

"போகலாமா ஐயா" என்று நல்லுசாமி கேட்டார்.

"அதுதானே ஸ்கூல்" என்று கேட்டேன்.

ஓட்டுக்கூரை மழை ஈரம் காயாமல் பச்சைப் பாசி விளிம்புடன் இருந்தது. எனக்கு ராமகிருஷ்ணனுடன் பேசிக் கொண்டிருந்த மத்தியானம் ஆகிவிட்டிருந்தது, இந்தப் பொழுது. ஓடுகளின் நிறத்தை வைத்தே கிராமங்களில் பருவங்கள் மாறுகிற விதத்தை ராமகிருஷ்ணன் சொல்லிக் கொண்டு இருந்தது இந்த ஓடுகளை மனதில் வைத்துத் தானோ என்னவோ.

"இந்த வருஷம் மழை காப்பாத்திருச்சு" நல்லுசாமி ஸார் சிரித்தார்.

"இன்னிக்குக் காலையில கூட மழைதான்" தாமரை இடது காலை அதிகம் ஊன்றாதது போல இடதுகாலை நகர்த்திக் கொண்டு வந்தாள்.

பத்து இருபது குட்டித் தவளைகள் தண்ணீரில் குதித்தன. சலக் என்று சில வினாடிச் சப்தத்துக்குள் தண்ணீர் தன் அலைகளை அமிழ்த்திவிட்டு தகடாகிவிட்டது.

“எவ்வளவு நுட்பமான சத்தம்” என்று நான் சொன்னவுடன்.

“எவ்வளவு நுட்பமான தவளைகள்” என்று நல்லுசாமி சொன்னார்.

“தவளைக்கு நிலத்திலும் பகை, நீரிலும் பகை என்று நீங்களா எழுதினீர்கள்” என்று தாமரை கேட்டது ஆச்சரியமாக இருந்தது.

“இல்லை, அப்படி எழுதினால் அது தவளையின் சிநேகிதர்களைப் பற்றி இருந்திருக்கும் ஒரு வேளை.”

“வரலட்சுமி மேடம் சொல்லியிருக்கிறார்கள். உங்களுடைய கோப்பை எப்போதும் பாதி நிரம்பித்தான் இருக்கும். பாதி காலியாக இராது, இல்லையா ஸார்” தாமரை எங்களைப் பார்த்துவிட்டுச் சிரித்தாள்.

அகலம் அகலமான இலைகளுடன் பூசணிக்கொடி படர்ந்து பள்ளத்துக்குள் சரிந்திருந்தது. யாரும் பறிக்க அவசியமற்று வெயிலுக்கு ஒப்புக் கொடுத்த நிறத்துடன் முழுப் பூவாகச் சரிவை நிரப்பிக் கொண்டிருந்தது.

நான் பார்க்கும்போது விலகியிருந்த சேலையைத் தாமரை ஒதுக்கி விட்டுக் கொண்டாள். கீழே குனிந்து, ஒரு மடக்குத் தண்ணீர் குடிப்பது போல், சிரிப்பை விழுங்கியபடி நடந்து வந்தாள்.

எதிரே சைக்கிளில் வந்தவரிடம், “அய்யலு மக்காச்சோளம் டவுன் பஜாரில் என்ன விலை? என்று தெலுங்கில் கேட்டுவிட்டு, அவர் சொன்ன பதிலுக்கு மேல், “அப்படியானால் விலை கூடுகிற மாதிரித் தெரியவில்லை” என்று மேலும் பேசிவிட்டு “சரி போய் விட்டு வா” என்று அனுப்புகிற ஸாரைப் பார்த்துக்கொண்டே தாமரையிடம், “உங்களுக்குத் தெலுங்கு தெரியுமா” என்று கேட்டேன். தாமரைக்கு முன்பைவிட ஒரு வெட்கமும் சந்தோஷமும் வந்திருந்தது.

“பேசினால் புரியும், பேசத் தெரியாது” இமைக்காமல் சொல்லிய படி எனக்குப் பக்கவாட்டில் நகர்கிற தாமரையின் நிழல் தரையின் மேடு பள்ளங்களில் மடிந்து கூடவே வந்து கொண்டிருந்தது.

“அதெல்லாம் இல்லைங்க. நல்லாப் பேசுவாங்க காட்டில் கிடக்கிற சோள நாற்றிலிருந்து விரலில் ஒட்டியிருக்கிற தீப்பெட்டிப் பசை வரைக்கும் இங்க எல்லாத்துக்கும் பேசத் தெரியும். ஊற்றுத் தண்ணியும், குழாய்த் தண்ணியும் மாதிரி. ஒண்ணு தோண்டினா வரும், இன்னொண்ணு தொறந்துவிட்டாலே வரும். அதையெல்லாம்

இப்ப யாரு பாக்கிறாங்க" நல்லுசாமியின் சிரிப்பில் அவருடைய பழுப்பு மீசை கன்னம்வரை அகன்றது.

தாமரை தனக்குப் பேசத் தெரியாது என்று மறுபடியும் சொன்னாள். உள்ளங்கையில் மடித்து வைத்த சிறு கைக்குட்டை மேல் பெருவிரல் பதிந்திருக்க, நான்கு விரல்களையும் விரித்தபடி அவளுடைய வலது கை மறுப்புச் சொல்லி அசைந்து கொண்டிருந்தது. தோள் பட்டைக்குக் கீழ் ரவிக்கை நனைந்து நிறம் மாறுகிற அளவுக்கு இன்னும் வெயில் இருந்தது.

"நீங்க ஸ்கூலுக்குப் போயிக்கிட்டு இருங்க. வந்திருதேன்" நல்லுசாமி ஸார் ரோட்டைத் தாண்டிக் கொண்டிருந்தார். எதிர்ப் பக்கம் போவதற்குள் வேட்டியை மடித்துக் கட்டியிருந்தார். உயரம் சற்றுக் குறைந்துவிட்டது போல இருந்தது.

"புகை பிடிக்கப் போகிறாரா" என்பது போலப் பாவனையாக விரல்களை உதட்டில் வைத்துத் தாமரையிடம் கேட்டேன். தாமரை யுடன் மட்டும் நடந்து வருவதில் உண்டாகியிருக்கிற மாறுதலான உணர்வுதான் அப்படிச் சைகைகளுக்கு என்னை மாற்றியிருக்க வேண்டும்.

"இல்லை. டிபனுக்கான ஏற்பாடு அந்த வீட்டில் செய்திருக் கிறார்கள். ஸாருக்கு உறவினர்கள்தான்" என்று தாமரை சொல்லும் போது நல்லுசாமி எங்களைக் காட்டி அந்த வீட்டுப் பெண்ணிடம் பேசியபடி நின்றார். அவள் மாவு அரைத்துக் கொண்டு இருந்திருக்க வேண்டும். உறை போட்டது போல முழங்கை வரை மாவு அப்பி யிருக்கிற கையுடன் அந்தப் பெண் சிரித்து நின்றது. வீட்டுக்குள் இருக்கிற இருட்டும் வாசலுக்கு அப்புறம் உள்ள வெளிச்சமும் சேர்ந்து வரைந்திருந்த விதத்தில், இங்கிருந்து அவர்களை பார்க்க நன்றாக இருந்தது.

"அந்தம்மா எப்பவுமே சிரிச்சாப்லெ இருப்பாங்க. நல்லு ஸார் இருக்கிறதாலே கூடக் கொஞ்சம்" தாமரை ஒரு தடவை என்னைப் பார்த்து விட்டு, சம்பந்தமில்லாத வேறு திசையில் சிரித்தாள்.

"அப்படின்னா" தாமரை முடிச்சுப்போட்டதை அவிழ்க்கிற ஒரு குறுகுறுப்பில் எனக்கும் சிரிப்பு வந்திருந்தது.

"ஒண்ணுமில்லை" தாமரை மறுபடியும் வேறெங்கோ பார்த்தாள். சேலைத் தலைப்பைச் சரிசெய்து கொண்டாள்.

நல்லுசாமி ஸார் இருக்கிற திசைப்பக்கம் பார்த்தேன். வீட்டு முன்னால் நாலைந்து கோழியும் குஞ்சுமாய் குனிந்து கொத்தி இடம்

வண்ணதாசன் | 89

மாறியபடி இருந்தன. வாசல்படி நிலைச் சட்டத்துக்குள் வெட்டி யெடுத்தது போல் கடைசிவரை தெரிந்த வெளிச்சத்தில் கொடியில் காயப் போட்டிருக்கிற துணி மாதிரி அடுப்புப்புகை பறந்து வெளியேறிக் கொண்டிருந்தது.

தாமரை என் பார்வையைத் திருப்புகிற மாதிரிச் சொன்னாள்.

“நாம போவோம், அவர் வந்திருவார் ஸார்”

இரண்டு பேருமே இப்போது சிரித்துக் கொண்டோம். பள்ளிக் கூட வாசலில் வரவேற்பதற்கு இரண்டு பெண் பிள்ளைகள் நின்றார்கள். வரலட்சுமி சற்றுப் பின்னால்.

“பக்கத்தில் இருக்கிற மாதிரித் தெரிஞ்சுது”

“இப்பவும் பக்கத்துல தான் இருக்கு” என்று தாமரை நீண்ட நேரத்திற்குப் பிறகு இடது காலில் கையை ஊன்றி நடந்தாள். பள்ளிக் கூடக் கட்டிடமும் பின்னால் இருக்கிற வேப்பமரங்களும் துலாக் கிணறும் தெரியத் தெரிய, தாமரையிடம் இதுவரையில் சேர்ந்து கொண்டுவந்த மலர்ச்சி அப்புறப்படுத்தப்பட்டது போல ஒரு முகம் வந்திருந்தது. பேச்சுக் குறைந்துவிட்டது.

“காம்பவுண்டுச் சுவர் இல்லை ஆனால் நாம் ஸ்கூலுக்குள் வந்துவிட்டோம் என்று தெரிகிறது”

“எப்படி” என்கிறது போலத் தாமரை சற்றுத் திரும்பினாள்.

“உங்களைப் பார்த்தாலே போதும்” நான் சொன்னதும் தாமரை ஒருமுறை சிரித்தாள்.

“இது கூட டீச்சர் சிரிப்புத்தான்.” நான் சொல்லச் சொல்ல என்னை முன்னே நடக்கவிட்டு தாமரை பின்தொடர்ந்தபோது அந்த இரு பிள்ளைகளும் “வணக்கம் ஐயா” சொல்லிக் கைகூப்ப, வரலட்சுமி வரவேற்புச் சொல்லிக் கொண்டே முன்னால் வந்தாள்.

சாய்வாக முகத்தில் விழுகிற வெயிலுக்கு மறைப்புப் போல, கைக்குள் வைத்திருந்த கற்றையான தாள்களை விரித்துப் பிடித்த படி வரலட்சுமி நின்றாள். தாமரைச் செல்வி கட்டியிருக்கிற அதே நிறப் புடவை. ஒரே நிறப் புடவைக்குள்ளிருந்தும் தலைமை ஆசிரியை என்று அடையாளம் காட்டுகிற அசைவுகள் வரலட்சுமியிடம் வந்து சேர்ந்திருந்தன.

“ஜானுவோடு வருவே என்று எதிர்பார்த்தேன்” வரலட்சுமி சொன்னாள்.

நடக்கமுடியாததை எதிர்பார்ப்பதை நீ இன்னும் விடலையா – தாமரை நிற்கிற தூரத்தை அளந்த பிறகு “இங்கே வருவதே ஜானகிக்குத் தெரியாது” என்று ஆங்கிலத்தில் சொன்னேன்.

“இன்னும் ஜானு அப்படியே தான் இருக்கிறாளா”

“எல்லாரும் அப்படியே இருப்பதுதான் துயரமானது.” இதைச் சொல்லும்போது என் குரல் கம்மியது. வரலட்சுமியைப் பார்க்க முடிய வில்லை.

ஓட்டுக் கூரையைப் பார்க்கத் தோன்றியது.

தூரத்திலிருந்து பார்க்கும்போது ஒரு கனவுக்குள் பொதிந்து வைத்திருப்பது போல மொத்தமாகத் தோன்றியது, இப்போது மழைப்பாசி பிடித்த வெறும் கொல்லம் ஓடுகளாகவும், கரையான் கூடு அப்பியிருக்கிற பனங்கைகளில் இறங்கியிருக்கிற கூரையாகவும் தெரிந்தன.

உச்சியில் அடை அடையாகத் தங்கிய சருகுக்குள் மழையில் முளைத்த சின்னஞ்சிறு வேப்பங்கன்றுகள் நின்றன. ஒரே ஒரு அணில் ஓட்டில் கீழ்நோக்கி இறங்குவதும் ஏறுவதுமாக நிறைய அணில்களாக மாறி விளையாடிக் கொண்டிருந்தது.

மேலே பார்த்துக்கொண்டே நடையில் ஏறும்போது, வர வேற்றுக் கொண்டு நின்ற மாணவி மேல் முழங்கை பட்டதும் என்னை யறியாமல் “ஸாரி” என்று சொல்லித் திரும்பும்போது, வரலட்சுமி அறிமுகம் செய்வது போல “ஜோதிமணி, இந்த வருடம் டென்த்துல ஸ்கூல்ல ஃபர்ஸ்ட் வருவான்னு எதிர்பார்க்கிறோம்” என்று சொல்ல, அந்தப் பெண் பரபரப்பான அழகுடன் குனிந்தது. மூக்குக் குத்தி யிருப்பது அதிகப்படியே தவிர அப்படியே சித்தப்பாவின் பெண் கல்பனாவை ஞாபகப்படுத்தியது.

சட்டென்று கல்பனா என்கிற பெயர் கல்பனா சாவ்லா என்ற பெயரை உச்சரித்தது. அப்துல்கலாம் 2020 நினைவு வந்தது. கனவு காணுங்கள் என்ற குரல் கேட்டது. நான் என்ன பேசப் போகிறேன் என்று அந்த இடத்தில் முடிவாகிவிட்டது போல இருந்தது.

“அவள், காருண்ய மனோகரி. மாவட்ட அளவிலான போட்டிகளில் பள்ளியின் விளையாட்டுப் பிரதிநிதி. நல்லுசாரின் தயாரிப்பு.” வரலட்சுமி எதிர்ப்பக்கம் காட்டினாள்.

நான் வணக்கம் சொன்னபோது எந்த வெட்கமும் இன்றிப் பளிச்சென்று சிரித்துப் பதில் வணக்கம் சொன்ன காருண்யாவின்

கையைக் குலுக்கத் தோன்றியது. தீர்மானிப்பதற்குள் எச்சத்தின் வாடை நிரம்பிய ஒரு பெரிய மரத்து உச்சியிலிருந்து பறக்கிற பறவை போல காருண்யா நகர்ந்து அப்பால் போயிருந்தாள். நான் பேச இருக்கிற பேச்சில் இப்போது "ஒளிபடைத்த கண்ணினாய்" வரிகளும் சேர்ந்து கொண்டன.

நாங்கள் உள்ளே நுழையும்போது, ஒரு மிகச் சிறிய தூரத்திற்கு நானும் வரலட்சுமியும் மட்டுமே இருந்தோம்.

தடுப்புகள் அகற்றப்பட்டு மூன்று நான்கு வகுப்பறைகள் ஒரே நீண்ட அரங்கமாக மாற்றப்பட்டிருந்தன, மர டெஸ்க்குகளில் கை ஊன்றி மர பெஞ்சுகளில் உட்கார்ந்திருந்தவர்கள், நாங்கள் நுழைந்ததும் எழுந்து நின்றார்கள். பக்கவாட்டுப் பெஞ்சுகளில் உட்கார்ந்திருந்த பெண்களின் காலடியில் பீடிகள் வைக்கப்பட்ட உரச்சாக்குப் பைகள் இருந்தன. முடிவில் பெஞ்சுகளில்லாத சிறிய இடைவெளி தாண்டிய இடத்தில் நின்று அழுகின்ற கைப் பிள்ளையைத் தோளில் போட்டுத் தட்டிக் கொடுத்து அமர்த்திக் கொண்டிருந்த பெண்ணின் உடல் ஒரு ஊஞ்சல் போல அசைந்து கொண்டிருந்தது.

"மன்னித்துக்கொள் சுந்தரம். தேவையில்லாததைப் பேசி விட்டேன்". வரலட்சுமி நடந்து கொண்டிருந்தாள்.

"தேவையில்லாதது எதுவுமில்லை, ஆனால் பொருத்தமான நேரங்கள் அவற்றுக்குத் தேவைப்படுகின்றன." இவையும் ஆங்கிலத்தில் தான் சொன்னேன். வரலட்சுமிக்கு மட்டுமே கேட்டிருக்கும்.

"இதோ, சிறப்பு விருந்தினர் அவர்கள் மேடைக்கு வந்து கொண்டு இருக்கிறார்கள்" நல்லுசாமியின் குரல்தான். எங்கிருந்து அறிவிப்புச் சொல்கிறார் என்று தேட வேண்டியிருந்தது.

கூட்டத்தைக் கும்பிட்டுக் கொண்டே உட்காரும்போது படபடப்புக் குறைந்து சற்று சந்தோஷமாக இருந்தது. அது ஒரு மர நாற்காலி என்பது ஏதோ ஒரு வகையில் இணக்கமாக இருந்தது. மறுபடி மறுபடி வழவழப்பான கைப்பிடியை நீவிக்கொண்டே நான் பேச வேண்டியதைக் கோர்த்துக் கொள்ளத் துவங்கினேன்.

தொலைந்து போனவனாகியிருந்தேன். நிரம்ப நிரம்பக் காலியாகிக் கொண்டே வருகிற ஒரு உணர்வு. திரையில் விழுந்த சலனங்கள் துண்டிக்கப்பட்டு இழுத்துக் கட்டின ஒரு வெள்ளைப் பாளமும் ஸ்ஸ்ஸ் என்ற இரைச்சலுமாக அமர்ந்திருப்பது போல. இங்கு வருகிற போது எடுத்த பஸ் டிக்கட்டில் அதன் கட்டணம் வேகமாக எழுதப் பட்டிருந்த விதம், அந்தச் சமயத்தில் கண்டக்டர் மேல் உண்டாகிய

பரிவு, இப்போது மேலும் பெருகி, நிகழ்ச்சி நிரலாக வைக்கப் பட்டிருக்கிற தாளில் இருக்கும் ஒவ்வொரு வரியில் இருந்தும் சொட்டிக் கொண்டிருப்பதாக.

தமிழ் வாழ்த்து, வரவேற்புரை, ஆண்டறிக்கை எல்லாம் எப்போது நிகழ்ந்தன, யார் வாசித்தார்கள் என்று பிரித்துச் சொல்ல முடியாத படி குரல்களும் உருவங்களுமாக, வீசப்பட்ட மீன்பிடி வலை தண்ணீரில் விழுந்து அமிழ்வது போல, கடந்து விட்டிருந்தன.

கூட்டமாக நிற்கிற வேப்பமரக் கிளைகள் மொத்தமான பச்சையாகத் தனித்து தனித்து அசைந்து கொண்டிருந்தன. உபயோகிக்கப்படாதது போல் கிணற்றுக்கு மேல் துலாக்கல் வெற்று வெளியில் நின்றது. துலாவின் நுனியில் ஒரு காகம் கத்திக் கொண்டிருந்தது, கொச்சக் கயிறுகள் இற்றுப் போகும்படியும் மரம் செதில் செதிலாக வெடித்துப் போகும்படியாகவும் ரொம்ப காலமாக அதன்மேல் நகராமல் இருக்கிற வெயிலுடன், ஒரு சீக்காளியைப் போல துலா முனங்கிக்கொண்டு இருப்பதுபோல இருந்தது.

தாமரைச்செல்வி ஒரு முழு தண்ணீர் பாட்டிலையும், அதனுடன் ஒரு சருகு போன்ற பிளாஸ்டிக் டம்ளரையும் வைத்தாள். பாட்டிலின் இறுக்கமான குப்பியைத் திருகித் திறந்து வைத்து மரியாதையுடன் சிரித்துவிட்டு அப்புறம் போனாள். நெளிவு நெளிவான பாட்டிலில் நீல லேபிகளுக்கு மேலும் கீழும் அசையாத துல்லியத்துடன் உருக்கின கண்ணாடியாகத் தண்ணீர் கழுத்து வரை நிரம்பியிருந்தது.

"இப்போது மதிப்புக்கும் மரியாதைக்கும் உரிய நமது சிறப்பு விருந்தினர் அவர்கள் உரையாற்றுவார்கள்" என்று நல்லுசாமியின் குரல் அறிவிப்பு செய்யும் போது என்னுடைய அவ்வளவு கவனமும் முன்னால் இருக்கும் தண்ணீர் பாட்டிலில் குவிந்திருந்தது.

நான் மர நாற்காலியின் இரண்டு கைப்பிடிகளிலும் மீண்டும் ஒரு பிணைப்பு உண்டாகும்படி கைகளை ஊன்றி எழுந்தபோது, ஒரு பாறையைப் போல் ஆற்றுக்குள் விழுந்து கிடக்கிற என்னை யாரோ கயிறு கட்டி மேலே இழுக்க, தண்ணீர் மட்டத்துக்கு மேலே தூக்கப்பட்டதும், என் உடலின் அனைத்துப் பகுதி களிலிருந்தும் தண்ணீர் வழிந்து அதே ஆற்றுக்குள் தாரை தாரையாக இறங்குவது போல இருந்தது.

சொடுக்கியது போல உடல் தள்ளாடியது. முன்னாலிருக்கிற மேஜையில் கைகளை ஊன்றினேன். விரிக்கப்பட்டிருந்த துணி சுருங்கி நகர்ந்தது. சரிவதற்கிருந்த தண்ணீர் பாட்டிலைப் பிடித்தேன்.

உருக்கிய கண்ணாடி போன்றிருந்த திரவத்தின் அலம்பல் என்மேல் சிந்தப் போவதுபோல் நீலக்குப்பியில் மோதியது.

தண்ணீர் பாட்டிலை உயரத் தூக்கிக் கூட்டத்தின் முன்னால் காண்பித்தபடி நான் பேச ஆரம்பித்தேன்.

"உங்களுக்குத் தெரியுமா இந்த பாட்டிலுக்குள் ஒரு துலாக் கிணறு புதைக்கப்பட்டிருக்கிறது. ஒரு ஆறு தத்தளித்துக் கொண்டிருக்கிறது என்று."

அம்ருதா, ஜனவரி 2007

கூடு விட்டு

"சுந்தரம், எப்போ வருவே" என்று கேட்டுக்கொண்டே லீலாக்கா எழுந்து வந்தாள்.

கையில் கோலப்பொடிக் கிண்ணம் இருந்தது. பாதி மடங்கினது போல உட்கார்ந்து அவள் போட்டுக்கொண்டிருந்த கோலம், ஒரு பசலைக்கொடி மாதிரி தெருவில் படர்ந்து கொண்டிருந்தது. பனியில் நனைந்த தெரு ஏற்கனவே அழகாக இருக்க, என் டி.வி.எஸ். 50ன் முன்விளக்கு வெளிச்சத்தில் கோலப் பொடி மினுங்க, லீலாக்கா சிரித்துக்கொண்டே என்பக்கம் வந்து கொண்டிருந்தாள்.

"தெருவையே குத்தகைக்கு எடுத்தாச்சா? கோலம் இந்த வீடு தாண்டி அடுத்த வீட்டுக்கு போய்க்கிட்டு இருக்கு." உறுமிக் கொண்டிருந்த வண்டியை நிறுத்தினால் முன்விளக்கு அணையும் தானே.

லீலாக்கா பதில் சொல்லவில்லை. வண்டியை நிறுத்தியதைப் பிடித்துக் கொண்டாள்.

"என்ன, பெட்ரோலை மிச்சம் பிடிக்கிறியா?" என்று கேட்டாள். வண்டியை உதைத்து ஸ்டார்ட் பண்ணச் சொன்னாள்.

மறுபடியும் புருபுருவென்று வெளிச்சம் பாயும்போது பக்கத்தில் வந்து நின்றாள்.

"இதுதான் நல்லா இருக்கு. இந்த அஞ்சு அஞ்சரை மணி இருட்டு. சொஸைட்டிக்குக் கறவைக்குப் போயிட்டுத் திரும்பிக் கிட்டு இருக்கிற

மாடு. உங்க வீட்டு முன்னால கிடக்கிற பீடி இலை. உன் டி.வி.எஸ். பிப்டி லைட்டு" லீலாக்கா கதை எழுதுகிற மாதிரி சொல்லிக்கொண்டு போனாள்.

"உங்க கோலத்தையும் சேர்த்துக்கிடுங்க"

"என் காரியத்தை நானா சேர்க்கிறது? அதை மற்றவங்க இல்லியா செய்யணும்." லீலாக்கா லேசாக மூக்கைச் சுளித்துக் கொண்டாள். யாரோ சுருட்டுப் பிடிக்கிற வாசனை வந்தது.

"சரி, சொல்லு. எங்கே போற. எப்ப வருவே சுந்தரம்"

"சாம்ராஜ்கூடப் போறேன்க்கா. போகிறதுதான் தெரியும். எங்கே போறேன். எதுக்குப் போறேன். எப்ப வருவேன்கிறது எல்லாம் தெரியாது. வீட்டில வெட்டியா உட்கார்ந்து இருக்கிறதுக்கு இது பரவாயில்லை."

நான் புறப்பட ஆயத்தமாவது போல, ஆக்ஸிலேட்டரைத் திருக, முன்விளக்கு வெளிச்சம் அடர்ந்த மஞ்சளில் பாய்ந்து தளர்ந்தது. வண்டியின் உலோக அதிர்வு உடம்புக்குள் இறங்கி, இரண்டு கைகளின் மூலமாகவும் வெளியேற முயன்றது.

"போன தடவை மக்காச் சோளக் கொண்டை. இந்தத் தடவை எனக்கு என்ன கொண்டுவரப் போற?" லீலாக்கா சற்று நகர்ந்து ஒதுங்கியபடி கேட்டாள்.

"சூரியகாந்திப் பூ" வண்டியை நகர்த்திக் கொண்டே சொன்னேன். வண்டியைக் கிளப்பும்போது அனிச்சையாக உண்டாக்குகிற ஹார்ன் சத்தம் தெறித்து நாலாபுறமும் விழுந்தது.

"கையில் கோலப் பொடிக் கிண்ணம் இருக்கு. இல்லாட்டா உன் ஹார்ன் சத்தத்தைப் பந்து பிடிக்கிற மாதிரி, ரெண்டு கையிலேயும் பிடிச்சிருப்பேன்" லீலாக்கா இடது கையை உயர்த்தி வழியனுப்ப அசைத்தபடியே சொன்னாள்.

இதுதான் லீலாக்கா.

சத்தத்தைப் பிடித்து விடுவாளாம். எதையோடாவது எதையோ சேர்ப்பாள்.

"அதெப்படி மறக்கும் பெரியம்மை. நீங்க சொன்னதை அப்படியே ஒரு சொட்டு சிந்தாமல் உரை ஊற்றியில்லா வச்சிருக்கேன்" என்று யாரிடமோ சொல்வாள்.

"கோபம்னா அப்படி ஒரு கோபம் எனக்கு. சில்லுச் சில்லா தெறிச்சு பட்டாசல முழுதும் கிடக்கு. நீ அப்போ வந்திருந்தேன்னா

உள்ளங்காலிலே பூந்திருக்கும்." தான் எதற்காகவோ உடைந்து போனதை ஒரு தடவை அக்கா என்னிடம் அப்படித்தான் சொன்னாள்.

எல்லோரும் இதே தெருவில்தான் இருக்கிறோம்.

இந்த வீடும் எதிர்த்த வீடுமாய் எத்தனையோ வருஷமாய் எங்கள் குடும்பமும் லீலாக்கா குடும்பமும் இங்கேயேதான் இருக்கிறது. அதிகபட்சம், மிஞ்சி மிஞ்சிப் போனால் என்னைவிட அவளுக்கு ஐந்தாறு வயது கூடுதல் இருக்கும். எனக்கு இன்னும் வேலை கிடைக்க வில்லை. அவளுக்குக் கல்யாணம் ஆகவில்லை. இதற்கெல்லாம் மத்தியில் அவள் எப்படி புதிது புதிதாகச் சொற்களைப் பொறுக்கி எடுத்துக் கொள்கிறாள்?

எது மழைக்காலத்துச் சரல் கற்கள் மாதிரி அவளைப் புதிதாகவே வைத்திருக்கிறது. விழுந்த இடத்தில் முளைக்கிற வேப்பங்கொட்டை போல எப்படி அவளால் துளிர்த்துவிட முடிகிறது. ஒரு எஸ்.டி.டி. பூத்தில், ஒரு மருந்துக் கடையில், ஜவுளிக் கடையில் என்று மாறி மாறி அவ்வப்போது வேலை பார்த்தாலும் எப்படிக் கிள்ளினால் வலிக்கிற தோலைக் காப்பாற்றிக் கொள்ள முடிகிறது.

ஒருநாள் ராத்திரி பத்து மணி இருக்கும். லீலாக்கா தெருவின் குறுக்கே என்னைப் பார்த்ததும் பக்கத்தில் வந்தாள். வரும்போது பாதி தூரத்திலேயே பேச ஆரம்பித்துவிட்டாள்.

"இவங்களுக்கு எல்லாம் நெஞ்சுல ஈரமே இருக்காதாடா? பூவும், பிஞ்சுமா இப்படிப் பொலுபொலுண்ணு உதிர்ந்து கிடக்கே. அறுபது, எழுபதுண்ணு நியூஸ்ல சொன்னா, நிஜத்தில் நூறு இருநூறுக்குக் குறையாம இருக்குமே. குண்டு போட்டுக் கொண்ணதும் இல்லாம, அதுக்கு ஒரு நியாயமும் சொல்லு தாங்களே படுபாவிங்க... அனுமான் தவ்வுனமாதிரி இங்கோர்ந்து தவ்வி, அப்படியே அத்தனை அம்மையும், புள்ளைகளையும் அணைச்சுக்கிடணும் போல இருக்கு... இப்பத் தான் பாடம் படிச் சுட்டு, ஹோம் ஒர்க் எழுதிவிட்டுத் தூங்குகிற மாதிரிக் கிடக்குடா ஒவ்வொண்ணும். தேடிப் பார்த்தா ட்ரவுசர் பாக்கெட்ல கோலிக்காய், பம்பரம்ன்னு ஏதாவது இருக்கும்போல"

லீலாக்கா சொல்லிவிட்டு உடம்பு முழுவதையும் இறுக்கிக் கொண்டாள். இரண்டு கைகளையும் தப்பிக்க விடாமல் கட்டிப் போடுவதுபோல், பத்து விரல்களையும் கோர்த்து இரண்டு கால்களின் இடுக்கில் புதைத்துக் கொண்டு, "இதைப் பார்த்தப்புறம் இவங்களுக்கு எப்படிடா சாப்பிட முடியுது! சீரியல் பார்க்க முடியுது." லீலாக்கா விம்மினாள். தெருவின் அத்தனை வீடுகளுக்குள்ளும் தொலைக் காட்சிகளுக்கு ஏற்பச் சுவர்களில் விழுகிற வெளிச்சம் மாறிக்

கொண்டிருப்பது போல, அவளுடைய முகம் தத்தளித்துக் கொண்டிருந்தது.

"வீட்டுக்கு வந்துட்டுப் போங்கக்கா" என்று சொன்னபோது,

"இப்படியே எங்கேயாவது போயிடலாம்போல இருக்கு சுந்தரம்" என்று சொன்னவள், மடமடவென்று திரும்பி அவளுடைய வீட்டுக்குப் போனாள். போகும்போது திரும்பி என்னைப் பார்த்து, "அந்த பாலகிருஷ்ணன் பாடு தேவலை. அவனை மாதிரி இருந்திரலாம். அலுப்பில்லை" என்று பின் பக்கமாகப் பேச்சை வீசிக்கொண்டே போனாள்.

பாலகிருஷ்ணனைப் பற்றி நான்தான் லீலாக்காவிடம் சொல்லி யிருந்தேன். அதைச் சொல்லி ஏழெட்டு மாதமிருக்கும்.

இப்படித்தான் உதிரியாக யாரோ சொன்ன வேலையை முடித்து விட்டு, தெற்குக் குறிச்சியில் நின்றுகொண்டிருந்தேன். மினி பஸ் வருமா வராதா தெரியவில்லை. அது தவிர இந்த வழியாகப் போகிற ஒரே ஒரு பஸ் வர இன்னும் அதிக நேரம் இருந்தது.

பஸ் வருகிற நேரத்தை உத்தேசித்து அந்த இடம் அடைகிற சுறுசுறுப்பை உணர முடிந்தது. துண்டு துண்டாக மல்லிகைப்பூ மூடைகள் வந்து கொண்டிருந்தன. உரக்கடையில் குடையை மடக்கிக் கொண்டு ஒருத்தர் உட்கார, பிளாஸ்டிக் ஸ்டூலை வெளியில் போட்டார்கள். அதிகம் கேட்கிற சப்தமாக, ஒவ்வொன்றாக வந்து நின்று ஸ்டாண்ட் போடுகிற டி.வி.எஸ். பிப்டியின் சப்தம் இருந்தது. டீக்கடை முன்னால் செய்தித் தாள்கள் கை மாறின, பீடிப் புகையுடன்.

கடுமையான வெயிலால் பாலகிருஷ்ணனை ஒன்றும் செய்ய முடியவில்லை. "என்ன மாப்ளே. பாரா முடியலையா. துப்பாக்கியை எங்கே வச்சே. எவனாவது முயல் பிடிக்கத் தூக்கிக்கிட்டுப் போயிறப் போறானுவ" என்று பாலகிருஷ்ணனைப் பார்த்துக் கிண்டல் செய்தார்கள். குத்த வைத்துத் தரையில் உட்கார்ந்திருக்கிற ஒருத்தர், வலிக்காத மாதிரி சிறு சிறு பொடிக்கற்களைப் பொறுக்கி அவன் பக்கம் வீசிக் கொண்டிருந்தார்.

பாலகிருஷ்ணன் கைவிலங்கோடு நடந்துகொண்டேயிருந்தான். அய்யனார் கோயில் உசிலை மர நிழலில் ஆரம்பித்து, டீக்கடை தாண்டி, சேவு கடை தாண்டி, நேர் கோடாகப் போய், பஞ்சாயத்து ஆபீஸ் பக்கம் பஸ் திரும்புகிற இடத்தில் மறுபடி திரும்பி, கண்ணுக்குத் தெரியாமல் கிடக்கிற நேர்கோட்டை மீண்டும் பொறுக்கிக் கொண்டிருந்தான்.

அடைத்துக்கிடந்த இன்னொரு கடை விளிம்பில் உட்கார்ந்திருந்த அஞ்சாந்துலா நாயக்கர், "ஏ. சும்மா கிடங்கடே. அந்த அப்பிராணியைப் போட்டுப் பாடாய் படுத்திக்கிட்டு..." என்று சத்தம் போட்டார்.

பாலகிருஷ்ணனைப் பற்றி அவரிடம்தான் பேச்சுக் கொடுத்துத் தெரிந்துகொண்டேன். அவன் வீட்டில் அண்ணன் தம்பி மூன்று பேரும் இப்படித்தானாம். இவன் எல்லாத்துக்கும் கடைக் குட்டியாம். காட்டு வேலை அப்படிச் செய்வானாம். கொஞ்ச நாள் ஆட்டோ ஓட்டினதாகக் கூடச் சொன்னார்.

"போஸ்ட் ஆபீஸில் வரவு செலவெல்லாம் கூட இருந்தது. பாவம். அவங்க அப்பன்காரன் மட்டும் காட்டுக்கும் வீட்டுக்கும் அலைஞ்சுக்கிட்டுக் கிடக்கான். என்னோட அஞ்சு வயசு கூட இருக்கும். எழுதின எழுத்து அப்படி. நீங்க நெனச்சா மாத்த முடியுமா. நான் நெனச்சா மாத்த முடியுமா!." அவர் பால கிருஷ்ணனுடைய இடத்தில் அவனுடைய அப்பாவை வைத்துப் பேசி முடித்தார்.

என்னைப் பார்த்துச் சொல்ல ஆரம்பித்து, பார்வை நகர்ந்து, சுள்ளென்ற வெயிலுக்குப் போய், கண்கள் கூசி இடுங்கின.

அவரைப் போலவே கண்ணை இடுக்கிக் கொண்டு, மறுநாளோ, இரண்டாவது நாளோ லீலாக்காவிடம் பாலகிருஷ்ணனைப் பற்றிச் சொன்னேன்.

"எனக்கு பாலகிருஷ்ணனைத் தெரியும்" லீலாக்கா சிரித்தாள்.

"எப்படித் தெரியும்?"

"அதுதான் நீ படமே போட்டுக் காட்டிட்டியே. பாலகிருஷ்ணனை மட்டுமில்லை, அந்த அஞ்சாந்துலா நாயக் கரையும் தெரியும்" என்றாள் வெயிலுக்குக் கூசுவதுபோல முகத்தை வைத்தபடி.

"பாலகிருஷ்ணன் மேலே இப்படித் தூக்கி, இப்படி வீசுனாங்களே பொடிசு பொடிசா... அந்தக் கல்லைக்கூடத் தெரியும்" என்று அவள் சொன்னது அதைவிடவும் ஆச்சரியம்.

"எப்படி இப்படிக் கூடு விட்டுக் கூடு பாஞ்சுறுதீங்க அக்கா?" நான் கேட்டதற்கு லீலாக்கா உடனடியாகப் பதில் சொல்லிவிட வில்லை.

"அதுதாண்டா கஷ்டமாப் போகுது." இதைச் சொல்லும் போது அவளுடைய முகம் வலியால் இறுகினதுபோலத் தோன்றியது.

“இந்தத் தடவை என்ன கொண்டுவரப் போகிறாய்” என்று லீலாக்கா கேட்டதற்கு “சூரியகாந்திப்பூ” என்று எந்தத் தீர்மானத்தில் சொன்னேன் என்று தெரியவில்லை.

சாம்ராஜிடம் இதைச் சொன்னேன்.

“சூரியகாந்திப் பூக்கிட்டே என்ன... சூரியன் கிட்டேயே போயிருவோம்” என்று சாம்ராஜ் சொன்னதற்கு அர்த்தம் அந்த இரண்டு நாட்களிலும் தெரிந்தது.

கடற்கரை ஓரம் இருந்த ஊர்களிலேயே அவனுக்கு வேலையிருந்தது. பேசுகிறவர்களுடையது தவிர மூன்றாவது குரலாகக் கடல் சத்தம் கேட்டுக்கொண்டே இருந்தது.

கடலில் முடிந்து கடலில் துவங்கின ஒவ்வொரு பகுதியிலும் ஏதாவது ஒரு சர்ச் இருந்தது. அலையோசைக்கும், மணலுக்கும், தேவாலயங்களுக்கும் உள்ள சம்பந்தத்தைக் காற்றுப் பாடிக் கொண்டேயிருந்தது.

ஏகப்பட்ட மின்சார விளக்குகளுடன் சொரூபமும் சப்பரமுமாக நகர்ந்து கொண்டு இருந்த ஊரைத் தாண்டும்போது சாம்ராஜ்,

“உனக்கு இப்போ பலூன் விற்கணும்னு தோணியிருக்குமே சுந்தரம்” என்று கேட்டான்.

“அல்லது குச்சி ஐஸ் விற்கிறவனாக” சாம் மறுபடியும் சொன்னான்.

அன்றைக்கு இரவு கடற்கரையில்தான் இருந்தோம். சாம்ராஜ் இந்த இரண்டு நாட்களிலும் சந்தித்த ஆண், பெண் மற்றும் குழந்தைகளின் பெயர்களை எல்லாம் சொல்லி அடுக்கிக் கொண்டே வந்தான்.

“நைட்டியும் பான்பராக்கும் இந்த ஏழெட்டு வருஷத்துல எவ்வளவு தூரத்துக்கு உள்ளே வந்திருக்கு” என்று நான் சொன்ன போது,

“கடல் அரிப்பு மாதிரி” என்று சாம்ராஜ் சொன்னான்.

“யாரைப் பார்த்தாலும் அழகாக இருக்காங்க சாம்”

“மனுஷங்க எப்பவுமே அழகுதானே” இதைச் சொல்லும் போது சாம்ராஜ் ரொம்ப அழகாக இருந்தான். ஒரு புலியோ, பூனைக் குட்டியோ செய்வதைப் போல, தன் வலது கையின் மேல்புறச்

சதையைக் குனிந்து நக்கியபின் சொட்டையிட்டுக் கொண்டு "ஆ" என்றான். மணலில் அப்படியே மல்லாந்து படுத்தான்.

அதற்குப்பிறகு நான் தூங்கியிருக்க வேண்டும்.

"சுந்தரம் எழுந்திரி" என்று என்னை எழுப்பியபோது சாம்ராஜ் கடலைப் பார்த்து கை நீட்டிச் சொன்னான்.

"உன் சூரியகாந்திப் பூ"

திரும்புகிற வழியில் பைக் நின்று போயிற்று.

எனக்கு ஓட்டத் தெரியும். பின்னால் உட்கார்ந்து வரத் தெரியும். சாம்ராஜ் அப்படியில்லை. அவன் ஒரு நல்ல மெக்கானிக்.

"ஒரு பட்டறை போட்டிரலாமே நீ" என்று சாம்ராஜிடம் சொன்னால்,

"என் வண்டியை மட்டுமே ஒக்கிட எனக்குத் தெரியும்" என்று சொல்வான். சொல்லிவிட்டு, "அவரவர் வண்டியை அவரவர் ஒக்கிடுக" என்று சிரிப்பான்.

ஒரு மாந்தோப்புக்கு வண்டியைத் தள்ளிக் கொண்டு போனோம். சரி செய்தோம். பம்ப் செட்டில் குளித்தோம். உலரும் வரை, சாம்ராஜ் இறக்கி வைத்த தோள் பையிலிருந்து எடுத்து சில தாள்களை ஒழுங்கு செய்தான். குறிப்புகள் எழுதிய தாள் நறுக்குகளை, பையின் வெளிப் பகுதிப் பையிலிருந்த ஒரு குட்டி ஸ்டேப்ளரை எடுத்து இணைத்தான். ஒருமுறை வாசித்தான்.

"போகலாமா" என்றான்.

நான் லீலாக்காவிடம், சூரியன் பார்த்ததைச் சொல்வதற்குரிய ஒத்திகையில் இருந்தேன். சாம்ராஜ் சொன்னதுபோலச் சொல்ல வேண்டும். அவன் தனது வலக்கைப் புறத்தோலை நக்கிச் சொட்டை யிட்டுக் கொண்டது உட்பட,

லீலாக்கா "ஆ" என்று அவனைப் போலத் திருப்பிச் சொல்வாள்.

தெரு வேறு விதமாக இருந்தது.

எங்கள் வீடு, எதிர்வீட்டுப் பக்கமெல்லாம், கிடைத்த இடத்தில் மோட்டார் சைக்கிள்கள் நின்றன. சாக்கடையோடு ஒரு சைக்கிள் விழுந்து கிடந்தது. தெளிவான மழைத் தண்ணீரால் கழுவிவிட்டது போலத் தெரு நனைந்து கிடந்தது. நடமாட்ட மில்லை.

தாண்டிப் போனபிறகு பெட்டிக் கடையிலிருந்து என் பெயரைச் சொல்லிக் கூப்பிட்டார்கள். "வீட்டுச் சாவி இங்கே இருக்கு" என்று கடைக்கு வெளியே கை அசைந்தது.

அப்படியே வட்டமடித்து உறுமித் திரும்பிக் கடைப்பக்கம் போனேன். காலை ஊன்றி இறங்கக்கூட இல்லை.

"மருந்தைக் குடிச்சிட்டுதுப்பா" பலவேசம் தணிவாகச் சொன்னார்.

நான் "யார்" என்று கேட்கவில்லை.

லீலாக்கா வீட்டைத்தான் பார்த்தேன்.

தினகரன் தீபாவளி மலர் – 2006

ஒருவர் இன்னொருவர்

இப்போதெல்லாம் ஒருத்தரைப் பார்த்தால் இன்னொருத்தர் ஞாபகம் வந்துவிடுகிறது.

எலெக்ட்ரிக் டிரெய்ன் ஜன்னல் ஓரத்தில் உட்கார்ந்திருக்கிறவரைப் பார்த்ததும், காவி வேட்டியுடன் பெரிய மாமரத்தினடியில் அந்த எழுத்தாளர் உட்கார்ந்து பேசிக் கொண்டிருந்தது ஞாபகம் வந்து விட்டது. அவருக்குப் பின்னாலிருந்து வந்த வெயிலும் வெளிச்சமும் கூட என்மேல் விழ ஆரம்பித்துவிட்டது.

இன்றைக்கு என இருந்த ரம்ஜான் பண்டிகை விடுமுறை தினம் மறுநாளுக்கு ஒத்திப்போய்விட, எல்லோரும் தாமதமாக அலுவலகத்துக்குப் புறப்பட்டு வந்து கொண்டிருந்தார்கள். மனோன்மணி ஒரு பூப்போட்ட இளம் வெள்ளைப் புடவையில் அதேநிற ரவிக்கையுடன் வந்திருந்தார். ஏதோ ஒரு அபூர்வம் வந்து சேர்ந்திருந்தது அன்றைய உடையில். சப்போட்டாப் பழங்களை நிறுத்துப் போடச் சொல்லிக் கொண்டு பழக்கடையில் நான் நின்ற சமயம், ஆட்டோவில் இருந்து இறங்கி ஆம்னி பஸ்ஸில் கைக் குழந்தையுடன் ஏறிக் கொண்டிருப்பவரைப் பார்த்ததும் மனோன்மணி ஞாபகம் வந்துவிட்டது.

சபாபதி டெய்லர் தன்னுடைய தையல் இயந்திரத்தில் குனிந்தும் சற்றுநிமிர்ந்தும் தைத்துக் கொண்டிருப்பதும், நான் மாத்திரை வாங்கக் காத்திருக்கிற இந்த மருந்துக்கடைக்காரர் சில்லறை கிண்ணங்களிலிருந்து துழாவிப் பாக்கி நாணயங்களை எடுப்பதும் ஒரே மாதிரிதானிருக்கிறது.

அதேமாதிரிதான், நாடார் ஸ்கூல் பக்கம் சைக்கிளில் வந்து கொண்டிருப்பவரைப் பார்த்ததும், குணசீலன் சார் புல்லட் ஓட்டிக் கொண்டு வருகிற மாதிரியே இருந்தது.

குணசீலன் சாரைப் பார்த்தால், அவர் காவல் துறையில் இருக்கிறார் என்பதுபோல அவருடைய முடிவெட்டு இருக்கும். ஒரு சிலும்பல் இருக்காது. ஒரு முடி காற்றில் கலைந்து நெற்றியில் விழுந்தது அல்லது காதுமடல்மேல் ஒட்டிக்கொண்டு கிடந்தது என்று சொல்லவே முடியாது.

யூனிஃபார்ம் மாதிரி எப்போதும் காக்கியில் முழுக்கால் சட்டை. வெள்ளை அரைக்கைச் சட்டை மேல்பொத்தான்களை எல்லாம் போட்டுத்தான் இருப்பார். ஆனால், திறந்துவிட்டது மாதிரி நெஞ்சு முடியும் கழுத்தில் கிடக்கற மைனர் செயினும் தெரியும். நன்கு வேலை தெரிந்த எந்த வொர்க்ஷாப்காரரும் திரும்பிப் பார்த்து சந்தோஷப் படுகிற மாதிரி பைக் இன்ஜின் துடிக்கும். சன்னமாக ஒரு சலங்கைச் சத்தம் வருகிற மாதிரிகூட இருக்கும். அனாவசியமான இடங்களில் குணசீலன் சார் ஹாரன் அடிக்கவும் மாட்டார். அவசியமான இடங்களில் அடிக்காமல் இருக்கவும் மாட்டார்.

இந்த இடுக்குப்பிடித்த தெருவில் எந்த வாகனம் எதிரே வரப் போகிறது என்று ஹாரன் அடிக்கிறார் என்று குணசீலன் சாரைத் தெரியாதவர்கள்தான் கேட்பார்கள்.

அந்த ஹாரன் சத்தம் கேட்டவுடன், கடல் வழிவிடுகிற மாதிரி, அந்த காம்பௌண்ட் கதவு திறந்து வழிவிடும். குணசீலன் சார் வீட்டம்மா கதவை மூடுவதற்குள், அவ்வளவு கனத்த வாகனத்தைச் சுண்டுவிரலில் நகர்த்துவது மாதிரி அவர் வண்டியை ஸ்டாண்ட் போட்டிருப்பார். குணசீலன் சார் வீட்டம்மா இன்றைக்குத்தான் முதல் முதல் அவரைப் பார்க்கிறது போல் வெட்கமும் பூரிப்பு மாக, கழுத்தைச் சுற்றிக்கொண்டு போயிருக்கிற முந்தானை நுனியைப் பல்லில் கடித்துக்கொண்டு நிற்பார்கள்.

இதெல்லாம் குணசீலன் சாரின் பிள்ளைகளுக்குப் பள்ளிக் கூடம் இருக்கிற நாட்களில் தான். விடுமுறை நாட்கள் என்றால் தவம் என்கிற தவமணி கதவைத் திறக்க, ஞானி என்கிற ஞானமணி தெருவிலிருந்து வீட்டுக்குள் வருகிற நேரத்துக்கு அப்பாவுக்குப் பின்னால் உட்கார்ந்து கொள்ளும்.

இறங்கும்போது குணசீலன் சார் ஞானியைத் தூக்கிக் கொள்வார். “சின்னப் பப்பா. அப்படியே தொட்டில்லே போட்டு ஆட்டி

ஓராட்டுங்க" என்று தவம் தன்னுடைய மடித்துக்கட்டின ரெட்டைச் சடையில் ஒன்றை முன் பக்கம் போட்டுக்கொண்டு அப்பா முதுகைக் குத்துவாள்.

அப்பா, மகள்கள் வீட்டுக்குள் போகும்வரை பார்த்துக் கொண்டிருந்துவிட்டு, குணசீலன் சார் வீட்டம்மா வண்டியை உறை போட்டு மூடிவிட்டுப் போவார். முயல்காதுகள் போல நீண்டிருக்கிற பக்கக் கண்ணாடிகளில் அவர் ஒரு சிறுபொழுது முகம் பார்த்துக் கொள்வது நன்றாக இருக்கும்.

குணசீலன் சாராவது சைக்கிளில் வருவதாவது?

அதுவும் இந்தப் பதினைந்து வருஷங்களுக்குப் பிறகு, நான் இத்தனை ஊர் தாண்டி, இப்படி இன்னொரு ஊரில் அதே போல வாடகை வீட்டில் இருந்து கொண்டு, பல் ஆஸ்பத்திரிக்குப் போகிற பஸ்ஸுக்காக நிற்கிறபோது என்னுடைய எதிரில் ஒரு ஓட்டை சைக்கிளில் வர அவருக்கு என்ன விதியா? வாடகைக்கு ஐந்து வீடுகளும் ஒரு சொந்த வீடும் என்று எப்பேர்ப்பட்ட காம்பௌண்ட் அது. அங்கே வாடகைக்கு வீடு கிடைக்கவேண்டும் என்றால் நிஜமாகவே வரிசையில்தான் நிற்கவேண்டும்.

முதலில் கடைக் கணக்குப்பிள்ளை தான் நம்மிடம் வந்து, "அய்யா உங்களைப் பற்றி விசாரிச்சாரு" என்று சொல்வார். உடனே நாம் குணசீலன் சாரைப் பார்க்கவேண்டும். கடையில் பார்க்கக் கூடாது. வீட்டில்தான் பார்க்கவேண்டும்.

என்ன வேலை, எந்த இடத்திலிருந்து மாற்றலாகியிருக்கிறது, எத்தனை பிள்ளைகள், என்ன படிக்கிறார்கள் என்பது போன்ற விஷயங்களைக் கேட்கிற மாதிரிதான் இருக்கும்.

நான் தினகரியைக் கூட்டிக்கொண்டு போயிருந்தேன்.

"மகளா?" என்றார்.

ஆமாம் என்று தலையை அசைக்கும்போது, தினகரி என்னிடமிருந்து விலகிப் போய், அப்போதுதான் மரத்திலிருந்து விழுந்த வேப்பம் பழத்தைக் கையில் எடுத்துக்கொண்டு நின்றது.

"மூத்தவளா... சின்னவளா?" என்றார்.

"இவ மூத்தவள். அடுத்தது பையன்" என்றேன். தினகரியின் உள்ளங் கையில் முற்றிய மஞ்சளில் திரண்டு உருண்டது வேப்பம் பழம். குணசீலன் சார் தினகரியின் விரல்களைப் பிடித்துக் கொண்டார். தினகரி சிரித்தாள்.

"எதுக்கும் நீங்க அண்ணாச்சியைப் பார்த்து ஒரு வார்த்தை கேட்டுக்கிடுங்க" என்று சொன்னவர், தினகரியிடம் "எங்க வீட்டில ரெண்டு அக்கா, ஒரு அத்தை, ஒரு ஆச்சி எல்லாரும் இருக்காங்க. உள்ளே போய்ப் பாரு" என்று கையைக் காட்டினார்.

தினகரி செருப்பைக் கழற்றி ஓரமாகப் போட்டது. வேகமாக வீட்டைப் பார்க்கப் போய்விட்டுத் திரும்ப வந்து, கையில் இருந்த வேப்பம் பழத்தை என்னிடம் கொடுத்தது.

"அப்படியே வெச்சிருங்க, பிசுக்கிராதீங்கப்பா" என்றது.

"லோலாக்குப் பண்ணவா?" என்று குணசீலன் சார் சிரித்தார்.

அதே சிரிப்போடுதான் இப்போதும் குணசீலன் சார் சைக்கிளில் வந்து கொண்டிருந்தார்.

இது அவரேதான். அவர் மாதிரி வேறு யாரும் இல்லை. ஆனால், வேறு யாராகவும் இருந்துவிடக்கூடாதா என்று தோன்றியது. என்ன தான் முயற்சி பண்ணினாலும், ஒரு சைக்கிளை புல்லட் வண்டியாகக் கற்பனை செய்ய முடியவே இல்லை.

சைக்கிள் பக்கத்தில் வரவர, இடைவெளியில் தொலைந்து போயிருந்த அத்தனை வருஷங்களும் பக்கத்தில் வந்து கொண்டிருந்தன. என்னுடைய அடையாளம் இன்னார் என்று பிடிபடப் பிடிபட குணசீலன் சார் முகத்தில் சிரிப்பு அதிகமாகிக் கொண்டே வந்தது.

"அடேயப்பா, இது என்ன ஆச்சரியமா இருக்கு."

குணசீலன் சார் என் பக்கத்தில் வந்து சைக்கிளை நிறுத்தினார். வெள்ளை வேஷ்டியும் வெள்ளைச் சட்டையும் போட்டிருந்தார். கசங்கித்தான் இருந்தது.

ஒரு விநாடி எனக்கு புல்லட் சத்தம் கேட்டது. இப்படி ரோட்டில் பார்க்கும்போது, வண்டியை அணைக்காமல் ஓடவிட்டுக் கொண்டே அவர் பேசுகிறது போல இருந்தது.

குதிரை ஏறுவதுபோல, காலைச் சுழற்றி அவர் ஏறுவார். அவருடைய அம்மா நடையில் நின்றுகொண்டு "முடிஞ்சா அண்ணனை ஒரு நடை வந்துட்டுப் போகச் சொல்லு" என்று சொல்வார். அசையாத காதுகளில் பாம்படம் அசைந்து தொங்கும்.

குணசீலன் சார் நீல நிற வார் உள்ள ஹவாய் செருப்பு அணிந்திருந்தார். குதிகால் தேய்ந்து போய்க்கூட இருக்கலாம். சைக்கிள் ஹாண்டில்பாரில் இரண்டு மூன்று ரெக்ஸின் பைகள்

சிவப்பு, மஞ்சள் அட்டைகளுடன் தொங்கிக் கொண்டிருந்தன. ஒரு கைப்பையை அவர் தன்னுடைய இடதுகையிலே கோத்துக் கொண்டு இறங்கியிருந்தார்.

“அப்புறம்” என்றார். என் தோளில் கையை வைத்து லேசாகத் தட்டிக் கொடுத்தார்.

ஏதோ நான் சொல்லிக் கொண்டு வந்தது போலவும், இடையில் தடங்கல் ஏற்பட்டுவிட்டது போலவும், மீண்டும் சொல்லச் சொல்லி அவர் தூண்டுவது மாதிரியான நேரமா இது?

“புல்லட் என்னாச்சு?” என்று கேட்கத் தோன்றியதுதான் உண்மை. நல்லவேளை, இதுபோன்ற சிறுபிள்ளைத்தனமான கேள்விகளில் இருந்து உடனடியாக அப்புறப்படுத்தி, எதுவும் பேச அவசியமற்ற ஒரு அவசரமான மௌனத்தை நமக்குத் தந்து விடுவது போல, அந்தச் சமயத்தில் ஒரு காரோ, டவுன் பஸ்ஸோ வேகமாக வந்து காப்பாற்றி விடுகிறது.

“ஓரமாக வந்துடுங்க. பேய்ப் போக்குப் போவாங்க” குணசீலன் சார் நம்மைத் தெருவின் விளிம்புக்கு நகர்த்துகிறார். இவ்வளவு “பெரிய நகரத்தில், உபயோகமில்லாத இத்தனை பெரிய ஆட்டுரலை இந்த இடத்தில் போட்டு வைத்திருக்கிறார்கள்.” பாதி திரும்பிய குணசீலன் சாரின் சைக்கிள் முன் சக்கரம், கறுத்து, வழவழப்பான குழியாகக் கிடக்கிற அந்தக் கல் உரலின் தேய்மானத்துடன் எதையோ பேசுவது போல இருக்கிறது.

“வேறு ஏதாவது முக்கியமான ஜோலி இருக்கா உங்களுக்கு?” என்னிடம் சார் கேட்கிறார்.

இல்லை என்று தலையசைக்கிறேன்.

“வீட்டுக்கு வந்துட்டுப்போகலாம் அல்லவா?”

நான் அதற்கும் சரி என்கிறேன்.

“ஒரு பத்து நிமிஷம் இந்த முக்குக் கடையில நில்லுங்க. ரெண்டு, மூணு வசூலை முடிச்சுட்டு வந்திருதேன். போயிரக் கூடாது.” குணசீலன் சார் சைக்கிளில் ஏறிப்போகிறார்.

அவருடைய சைக்கிள் வருவதற்காகத் தெருவே தன் கதவுகளைத் திறந்துகொண்டு வழிவிடுகிறது. அவருடைய மனைவி எந்தப் பக்கம் ஒதுங்கி நிற்பார்கள் என்று தெரியவில்லை. ஞானமணியும் தவமும் இந்தச் சைக்கிளுக்குப் பின்னால் ஓடிப்போனது போலவும், அவர்களுடைய காலடித் தடங்கள் இந்தத் தார்ச் சாலையில் மாறிமாறி

விழ, உடனுக்குடன் அதைத் துடைத்துவிடுவது போலப் பரபரவென்று புகை விட்டுக்கொண்டு டவுன் பஸ்கள் தகரச் சத்தத்துடன் விரைவது போலவும் இருந்தன.

நின்று கொண்டிருந்த பெட்டிக்கடைப் பக்கம் பான்பராக் வாசனை அடித்தது. மினுமினுவென்ற கறுப்பு ரோமத்துடன் ஒரு வெள்ளாட்டுக் கடா வாழைப்பழத்தோலில் குனிந்து கொண்டிருந்தது. குருத்து வாழையிலை பரப்பித் தரையில் மீன்கடை போட்டுக் கொண்டு உட்கார்ந்திருக்கிற பெண்ணின் முன்னால் குணசீலன் சார் உடல் வளைத்து வட்டக் கண்ணும் மினுமினுக்கிற செதில்களுமாகக் கிடப்பது போல இருந்தது.

“சொன்ன நேரத்தைவிடக் கொஞ்சம் சுணங்கிவிட்டது.” குணசீலன் சார் வருத்தம் தெரிவித்தார்.

“பாலம் தாண்டி ரெண்டு மூணு தெருதான். இந்த வண்ணான் துறை இருக்குல்லா... அதுக்கு வட பக்கத்துத் தெரு” குணசீலன் சார் சைக்கிளை உருட்டினார்.

“பேசிக்கிட்டே போகலாம்” என்றார்.

பேசிக்கொண்டேதான் வந்தார். குணசீலன் சார் மட்டுமல்ல, வேறு எந்த மனிதனுக்கும் தன்னுடைய முந்தைய பதினாறு வருடங்களை இப்படிச் சைக்கிளைத் தள்ளிக் கொண்டே இன்னொருத்தரிடம் சொல்லியபடி நடக்கிற நேரம் வந்துவிடக் கூடாது. ஒரு பெட்டிக் கடைக்கும் வீட்டுக்கும் இடையில் உள்ள தூரத்தில் கண்ணிவெடிகளைப் போலப் புதைந்து கிடக்கிற அத்தனை வருடங்களையும் தோண்டித் தோண்டி அப்புறப் படுத்தவது போல ஒவ்வொன்றாகச் சொல்லிக் கொண்டு வந்தார். “ஒரு டீ சாப்பிடலாமா?” என்று ஒரு கடையில் நின்றார். சாப்பிட்ட கையோடு அதே கடையில் ஏதோ பொட்டலம் கட்டி வாங்கிக் கொண்டார். “திடீர்னு போய் நின்னுக்கிட்டு, இலை போடுன்னு முன்னை மாதிரி சொல்ல முடியாதுல்லியா” என்று சிரித்தார்.

“வியாபாரத்தில் நாங்க யாரையும் மனசார இதுவரையும் ஏமாத்தலை. ஆனால், நம்மை யாரும் ஏமாத்துவாங்க என்கிறது தான் தெரியாமல் போச்சு. ஸ்கூல்ல அஞ்சாங் கிளாஸ்ல வெறும் டம்ளர்க்குள்ள இருந்து மிட்டாய் வீசின மாஜிக் மாதிரி ஆயிட்டுது. அண்ணாச்சிக்கும் எனக்கும் ஒண்ணுமில்லை. “இது மாஜிக்தான்’னு எடுத்துக்கிட முடியுது. ஆனால், வீட்டில்தான் எல்லார்க்கும் கஷ்டமாப் போச்சு. ரெண்டு பொம்பளைப் புள்ளைகளுக்கு மாஜிக்ல கல்யாணம் நடத்த முடியுமா... முடியாதில்லியா... ஒண்ணு

விடாம எல்லாத்தையும் வித்தோம். கட்டிக் கொடுத்தோம்.. கவுத்தி வெச்சதைப் பூராவும் நிமிர்த்தி வெச்சு, நிமித்தி வெச்சதைப் பூராவும் கவுத்தி வச்சு, எல்லாம் ஆதியில அது அது இருந்த இடத்துக்கு வந்துட்டோம்... இப்பமும் ஒண்ணும் கெட்டுப் போயிரலை. முந்தியவிடக் கொஞ்சம் வயசாயிட்டுது. வயசு கூடினதுக்குத் தக்க அனுபவமும் கூடியிருக்கு இல்லியா.. அள்ளி அள்ளி முதல் போட்டாலும் இப்ப கிடைச்சிருக்கிற அனுபவம் லேசில கிடைச்சிருமா...!"

குணசீலன் சார் சிரித்தார்.

கொஞ்ச நேரம் அமைதியாக சைக்கிளைத் தள்ளிக் கொண்டே வந்தார். ஒரு இசக்கி அம்மன் பீடம் இருந்தது. கால்களுக்குக் கீழ் உதிர்ந்த அரசிலைகள் அமுங்கின.

"வீடு வந்தாச்சு" என்று சொல்லிக்கொண்டே சைக்கிள் மணியை இரண்டு தடவை அடித்தார். வரப்போகிறதை வந்து விட்டதாகத்தானே சொல்கிறோம். டக் என்று கதவுக்கு உட் பக்கத்துத் தாழ்ப்பாள் அகற்றப் படுவது இங்கிருந்தே கேட்டது. வீட்டுக்குப் பக்கம் வந்ததும் பச்சை பெயிண்ட் அடித்த மரக்கதவு திறந்தது.

குணசீலன் சார் என்னைக் காட்டி "யார் தெரியுதா?" என்றார்.

"தெரியாமல் என்ன" என்று சிரித்தார். கேட் திறக்கும் போது சேலையைச் சுற்றிப் பல்லால் கடிப்பார்களே அது இல்லை. ஆனால், அந்த நேரத்தின் வெட்கம் இருந்தது.

"தினகரிக்குக் கல்யாணம் ஆகிவிட்டதா?" என்று கேட்க வில்லை.

"பேரனா, பேத்தியா?" என்று கேட்டார். "மகனுக்குக் கல்யாணம் பண்ணலையா?" என்றார்.

இரண்டுக்குமே சிரிக்க மட்டும் செய்தேன். பதில் என்று எதையும் சொல்லவில்லை. சொல்ல முடியவில்லை. ஒருத்தர் கேட்க ஒருத்தர் பதில் சொல்ல என்பதற்கான சூழ்நிலையை எல்லாம் தாண்டின ஒரு நிலையில் இருந்தேன் என்பதுதான் நிஜம்.

ஒரு கம்பிக் கொடியில், பெய்து முடிந்த மழையின் தாரை சொட்டுச் சொட்டாக நகர்ந்து நகர்ந்து உதிரும்போது நாம் எதையாவது பேசுகிறோமா? தெரு முழுவதையும் ஒரு சுழற்றுச் சுழற்றிப் புழுதியை ஒரு இடத்தில் காற்றுக் குவிக்கிறபோது, நாம்

நம் விலகுகிற உடைகளையோ கலைகிற தலைமுடியையோ சரிப்படுத்திக் கொள்கிறோமா?

"தற்சமயத்துக்கு ஒரு ஃபைனான்ஸ் கம்பெனியில இருக்கேன். நம்ம பக்கத்துப் பையன்தான் நடத்துதான்." கையில் கொண்டு வந்த பையோடு உள்ளே போனார்.

பீரோவைத் திறந்து மூடுகிற சத்தம் கேட்டது. குடத்தில் உள்ள மூடியை எடுத்துத் திரும்ப வைக்கிற சத்தம் கேட்டது. குணசீலன் சார் ஒரு எவர்சில்வர் செம்புடன் வந்து கொண்டிருந்தார்.

"முதல்ல தண்ணி குடிங்க" என்றார். அவரும் குடித்திருப்பார் போல. சட்டை நனைந்திருந்தது.

"போதுமா?" என்று கேட்டுவிட்டுச் செம்பை வாங்கி ஜன்னல் விளிம்பில் வைத்தார். மெழுகுவர்த்தி உருகி வடிந்த தடம் சிவப்பாகத் தெரிந்தது. விட்டு விட்டுத் தையல்மெஷின் ஓடுகிற சத்தம் வருகிற திசையை அனுமானிக்க முடியவில்லை.

"அம்மா உள்ளேதான் படுத்திருக்கா" என்று சார் சொன்னது அம்மாவைப் பார்க்கிறீர்களா என்று கேட்பது போலிருந்தது. நான் எழுந்திருந்தேன்.

அதிகம் வெளிச்சமில்லாத, இதற்கடுத்த ஒரே அறையின் இரும்புக் கட்டிலில் குணசீலன் சாரின் அம்மா படுத்திருந்தார்.

குனிந்து சத்தம் போட்டுக் காதுக்குள், "தினகரியோட அப்பா" என்று இரண்டு மூன்று முறை சொன்னார். புரிந்து கொள்ள முடியவில்லை. "கஷ்டப்படுத்த வேண்டாம்" என்று சொன்னபடி பக்கத்தில் போனேன். முன்னைவிடத் தொய்ந்து மண்புழுக்கள் போலக் கிடக்கிற காதுகளுடன் பாம்படம் தலை யணையில் புதைந்திருக்க, அம்மா என்னையே பார்த்தார்.

மடிந்து கிடந்த அவருடைய கையைப் பிடித்தேன். இறுகப் பற்றிக் கொண்ட சமயம் ஒரு காலால் இன்னொரு கால்பக்கத்துச் சேலையை இழுத்து மூடிவிட்டுக் கொண்டார். என்னுடைய கைகளிலிருந்து தன்னுடைய கையை உருவுகிறது போல இருந்தது.

"என்ன வேணும்மா?" குணசீலன் சார் கேட்டார். அவர் பக்கம் கழுத்தை உயர்த்தித் திருப்பி,

"சாப்பிட்டுப் போகச் சொல்லு" என்று சார் அம்மா சொன்ன போது லேசாக எனக்கு உடம்பு அதிர்ந்தது.

"சொல்லியாச்சு" என்றார் குணசீலன் சார்.

"சொல்லியாச்சு என்ன, தட்டு வெச்சாச்சு. அப்பளம்தான் பொரிக்கணும். கை கழுவிக் கிட்டு உட்கார்ந்தால் சரியாக இருக்கும்" என்று அடுப்படியில் இருந்து குரல் வந்தது.

"முத்துமணிகிட்டே கைகழுவத் தண்ணி கொடுத்து விடும்மா" குணசீலன் சார் சத்தம் கொடுத்தார்.

தையல்மெஷின் ஓடுவது நின்றது. ஒரு குறிப்பிட்ட சத்தம் தொடர்ந்து கேட்டுக் கொண்டிருந்த இடத்தில், அந்தச் சத்தம் நின்றபிறகு, இதுவரை அடங்கியிருந்த மற்ற எல்லா சத்தங்களும் வந்து சேருமில்லையா... பக்கத்திலேயே எங்கோ தச்சுவேலை செய்கிறார்கள் போல. மரத்தில் உளி இறங்குகிற சத்தமும், மரம் இழைக்கிற சுருள் சுருளான சத்தமும் கேட்டது.

கையில் பிளாஸ்டிக் வாளியும் கப்புமாக அந்தப் பெண் என்னைப் பார்த்துக்கொண்டே வந்து, என் பக்கம் வந்ததும் தரையைப் பார்க்கக் குனிந்து சிரித்தபடி போனது. இருட்டுக்குள் போகும்போது தெரியாத வாளியின் நிறம், வாசலுக்குப் போனதும் சிவப்பாகத் தெரிந்து, அதன் பாதியளவுத் தண்ணீரில் கவிழ்ந்து கிடக்கிற கோப்பையின் நிழலுடன் வெயில் மிதந்து ஆடியது.

வாளியை வைத்துவிட்டு என் பக்கமாகக் குனிந்து உள்ளே போனவுடன் கொஞ்ச நேரத்தில் தையல் மெஷின் ஓட ஆரம்பித்து விட்டது.

"இது யாருன்னு உங்களுக்குத் தெரிஞ்சிருக்காது. நம்ம கடையில தங்கசாமின்னு ஒருத்தர் முதலிலே இருந்து வேலை பார்த்தாரு. அவரோட பொண்ணு."

"பேர் என்ன முத்துமணியா?" சற்றுமுன்பு சார் கூப்பிட்ட ஞாபகத்தில் கேட்டேன்.

"முத்துதான். நாங்கதான் மாற்றிக்கிட்டோம். தவமணி ஞானமணி மாதிரி முத்துமணின்னு இது இருக்கட்டுமே." கழுவி வைத்த தட்டில் எஞ்சி இருந்த தண்ணீரைக் கவிழ்த்துத் தரையில் விட்டபடி குணசீலன் சார் சொன்னார்.

தையல்மெஷின் சத்தம் வருகிற திசையையே பார்த்தார்.

"ரொம்பக் கெட்டிக்காரப் பிள்ளை. தையல் அப்படித் தைக்கும். பேச்சுத்தான் வராது." தலையைக் குனிந்து கொண்டு கீழே கொட்டின தண்ணீரை விரலால் இழுத்துக் கொண்டிருந்தார். ஒரு

ஈரமான தடிமனுடன் தண்ணீர் அவருடைய விரலுடன் நகர்ந்து சென்றது.

"கையை ஊணி எழுந்திருக்கிறது எப்போ வேணும்னாலும் எழுந்திருச்சுக்கிடலாம். நமக்காக என்கிறதைவிட இன்னொருத் தருக்காக எழுந்திருக்கிறோம்னா அதிலே ஒரு வேகம் இருக்கும்லா" குணசீலன் சார் சாப்பாட்டுத் தட்டைப் பார்த்தபடியே சொன்னார். எனக்கு முத்துமணியைப் பார்க்க வேண்டும்போல இருந்தது. முத்துமணியைப் பார்த்தாலும் குணசீலன் சார் ஞாபகம்தானே வரப்போகிறது.

விகடன் பவழ விழா மலர் 2002

உப்புக் கரிக்கிற சிறகுகள்

அழைப்புமணியை அழுத்தியாகிவிட்டது.

யார் திறப்பார்கள் என்று தெரியவில்லை.

காலேஜிலிருந்து அரசு நிச்சயம் வந்திருக்க முடியாது. இந்தக் காற்றுக் காலத்தில், நீண்ட கரும்பலகைக்கு முன்பு நின்று திருநாவுக்கரசு அக்கௌண்டன்ஸி பாடம் நடத்துகிறது மாதிரி ஒரு கற்பனை.

கல் கட்டடங்களுக்கு மத்தியில், குல்மொஹர் மரங்களின் அடர்த்திக்குள்ளிருந்து பறந்து, இன்னொரு மர அடர்த்திக்குள் புகுந்து மறைகிற குயிலைப்போல அரசுவுடைய குரல் சட்டென்று கூவி மறைகிறது.

எனக்கு அந்த மழைக்கால ஞாபகம்.

வடக்குவாசலுக்கும் வெள்ளிவிழா மண்டபத்துக்கும் மத்தியில் உள்ள செம்மண் பகுதியில் மழைத்தண்ணீர் கால்காலாக வடிந்து பள்ளத்தில் இறங்கிக் கொண்டிருக்கிறது. தரையிலிருந்து துளைத்து வெளிவருகிற மண்புழுக்களை எல்லாம் ஒரு உள்ளங்கை அளவுக்கு ஏந்திக்கொண்டு அரசு நிற்கிற விதமும், வெட்டி ஒழுங்குபடுத்தப் பட்ட சவுக்குக் கன்றுகளும் காற்றில் இழுபட்டு நகர்ந்து கொண்டிருந்த அரசுவின் குடையும் புகைப்படம் போலப் பதிவாகியிருக்கிறது.

ஒரு புகைப்படத்தைத் தொடர்ந்து அடுத்து அடுத்து புகைப் படங்கள். சைக்கிள் ஸ்டாண்ட் பக்கம் மழையில் நனைந்த உடம்புடன் இரண்டு பசுக்கள். இந்தத் தாழ்வார நுனியிலும் எதிர்

தாழ்வார நுனியிலும் முடிச்சு முடிச்சாக இரைச்சல். சற்றுமுன் சரேலென்று காம்பௌண்டுக்கு வெளியேபோன பஸ்ஸிலிருந்து இறங்கி வருவது போல சாய்ந்து உள் வருகிற பளீர் வெயில். சரல் கற்கள்.

"செல்வி. இங்கே பார்த்தியா" அரசு என்னிடம் கையை நீட்டினான். மண்ணுக்குள் ஊர்ந்து கொண்டிருந்த பழக்கத்தில் ஒரு நீண்ட புழு அரசுவின் பெருவிரல் நுனிவரை நகர்ந்து அதற்கப் புறம் இருந்த அந்தரத்தில் நெளிந்து கொண்டிருந்தது.

"காமர்ஸுக்குப் பதிலாக நீ விலங்கியல் படித்திருக்கலாம்." குடையை எடுத்து மடித்துக்கொண்டே சொன்னேன்.

"இது உயிரியல். அழகியல்." அரசு கையை என் பக்கம் உயர்த்தினான். அரசுவின் கையிலிருந்த புழுவின் மேல் வெயில் ஊடுருவி நகர்ந்தது. சின்ன வயதில் அப்பா என் கையை எடுத்து இருட்டுக்குள் டார்ச் லைட் முகப்பில் பிடித்துக்கொண்டு விளக்கை எரிய வைப்பார். செக்கச் செவேல் என்று இருட்டுக்குள் உள்ளங் கையும் விரல்களும் பூக்கும்.

மண்புழுவின் வயிற்றுக்குள் இருப்பவை வெளியில் தெரிந்தன.

இன்னும் யாரும் திறக்கவில்லை.

இன்னொரு முறை மணியை அழுத்த மனமில்லை. நிறைய விஷயங்கள் இப்படித்தான் ஆகிவிட்டது. காத்திருக்க முடிவதே யில்லை. தொலைபேசியை மறுமுனையில் எடுக்கிற வரை மணி யடிக்க அடிக்க எப்படி எல்லோரும் காதிலேயே வைத்திருக் கிறார்கள். நாலைந்து கிணு கிணு. அந்தப் பக்கம் யாரும் எடுக்கா விட்டால் வைத்துவிடத்தான் தோன்றுகிறது. இரண்டுமுறை மூன்று முறை விடாப்பிடியாக மணியை அடித்துக் கதவைத் திறக்கச் செய்பவர்களைப் பிடிப்பது கூட இல்லை.

அரசுவின் வீட்டு முன்னால் இருந்த போகன்விலா அப்படியே தான் இருக்கிறது. முன்பைவிட முற்றலாகி, பரபரவென்று தோல் தடித்து, தாம்புக் கயிறு மாதிரி ஜடை பின்னிக்கொண்டு மேலே போய் பூத்து.. உதிர்ந்து...

அந்த ஓணான் மட்டும் புதிது. அல்லது அதுவும் பதினைந்து வருஷத்துக்கு முன்பு நின்று தலையாட்டினதுதானா, திரும்பத் திரும்ப முறுக்கி முறுக்கி மேலேறியிருக்கிற அந்த மரத்தின் சாயலை ஒரு ஜப்பானிய ஓவியத்தில் அப்படியே பார்த்திருக்கிறேன்.

வெள்ளையான, இளம் கருநீலமான அந்தப் பூக்களை, மூங்கில் இலைகளை, வேர் முடிச்சுக்களை வரைவது எனக்குச் சவாலாக இருந்தது உண்டு. மீசை இல்லாத சிரிப்புடன் தங்க ஃபிரேமுக்குள் இருந்தபடி "மயில் சுலபம். காக்கையை வரைவது அப்படியல்ல" என்று சொன்ன அரசுக்கு, வீட்டுப் புகை போக்கியின் மேல் இங்குமங்குமாகத் திரும்பி உட்கார்ந்திருக்கிற காக்கைகளை ஒருமுறை வரைந்து கொடுத்திருக்கிறேன்.

ஒரு நல்ல மழைநாளில் அரசுவின் அப்பா, நான் அரசுவுக்கு எழுதியிருந்த கடிதங்களை, அனுப்பியிருந்த வாழ்த்து அட்டைகளை எல்லாம் கிழித்து எறிந்தாராம். அங்கங்கே மழைத் தண்ணீரோடு போய், வாருகால் சகதியில், வாழைமரமூட்டில், மாதுளங்கன்றின் பக்கம் எல்லாம் புதைந்து கிடந்ததாம். "சினிமாவில்தானே இப்படி எல்லாம் வரும்" என்று ஒரு கேள்வியும் அதற்கடுத்து வந்த வரியில் இருந்தது...

"கட்டிலோடு கட்டிலாய் அவர் அப்படிக் கிடப்பதை ஒருநாள் அதிகாலை, வாயில் பிரஷ்ஷும் பற்பசை நுரையுமாகப் பார்க்கிற போது, மண்ணில் வெள்ளைப் பீங்கான் துண்டு புதைந்தது மாதிரி உன் கடிதங்கள் அப்பிக் கொண்டு கிடந்தது ஞாபகத்துக்கு வந்தது. அப்பாவின் நாட்கள் எண்ணப்பட்டுக் கொண்டிருக்கின்றன. எண்ணுகிற அளவுக்குக் கூட அவருக்கு பிரக்ஞை இல்லை. அப்பாவை நினைத்தால் சருகு இலை மாதிரி அவருடைய எலும்பு துருத்தின நிர்வாணம்தான் கஷ்டப்படுத்து கிறது. கிருமி நாசினியோடு மட்டும் அப்பாவைச் சம்பந்தப் படுத்திக் கொள்வது எவ்வளவு துயரமானது. அம்மாவைப் பலா மரத்தின் அடியிலேயே புதைத்தோம். அப்பா பலாமரத்தை நெருங்கிக் கொண்டு இருக்கிறார் வேகமாக..."

அந்தக் காக்கைகள் ஓவியம் இருக்கிறதா இல்லையா. தெரிய வில்லை. பித்ருக்களுக்கான எள்ளுச்சாத உருண்டைகளைச் சாப்பிட்டு விட்டு வர அவை பறந்து போயிருக்கலாம். என்னைப் போல எல்லாக் கடல்மேலும் பறந்துவிட்டு, உப்புக்கரிக்கிற சிறகோடு ஓய்வெடுக்க மறுபடி திரும்பியும் வந்து கொண்டிருக்கலாம்.

காக்கைகளுக்கு இப்படி அழைப்பு மணியை அழுத்தி விட்டுக் காத்திருக்கிற அவசியமில்லை.

ஜன்னல் வழியாக யாரோ எட்டிப் பார்த்தார்கள். பார்த்த வினாடிக்கும் "யாரு" என்று கேட்டுக் கொண்டு திறந்த வினாடிக்கும் இடைவெளி இல்லை.

வண்ணதாசன்

"யாரு" என்று கேட்டுக் கொண்டு எப்படி இப்படிச் சிரிக்க முடியும்? வலது கையில் சலவைத்தூள் நுரை பந்துபந்தாக அப்பி யிருந்தது. குமிழ்கள் அழகாக உடைந்து கொண்டிருந்தன.

"துணி துவைச்சுக்கிட்டு இருந்தேன். பெல் சத்தம் கேட்டுது. அப்படியே எழுந்திருச்சு வாரேன்!" தகடு மாதிரி ஒரு மூக்குத்தி யோடு அந்தக் கன்னம் ஒதுங்கிச் சிரித்தது.

அரசு எழுதியிருக்கிறதுதான்.

"எதற்கு இந்தப் பெண் இப்படிச் சிரிக்கவேண்டும் என்று தெரியவில்லை. ஒரே பையன் சீனிவாசன். மூன்று வயதிருக்கும் அவன் அப்பா சாகும்போது. நான் செய்தித்தாளில் படிக்கிறதில்லையா, இடிதாக்கி இளம் வாலிபர் சாவு. அந்த இளம் வாலிபர் இசக்கி யுடைய மாப்பிள்ளைதான். இரண்டு காளை மாடு. அவன். அப்படியே அத்துவானக் காட்டில் ஒருச்சாய்ந்து கிடந்தார்கள். செவலைக் காளையின் பூட்டாங் கயிறு அப்படியே இடது கைக்குள் தான் இருந்தது. இதுபோன்ற சமயங்களில் மின்சாரம் போகும். அன்றைக்கு பம்ப் ஷெட்டில் தண்ணீர் பீச்சியடித்துக் கொண்டிருந்தது. ஒரு கனத்த திரி மாதிரி தொட்டியின் கரும் பச்சைக்குள் பாய்ந்து கொண்டிருக்க, மாடும் அவனுமாக வயலில் கிடந்ததை ஊரில் பலபேர் இன்னும் மறந்திருக்க முடியாது. இசக்கி சிரிப்பதைப் பார்த்தால் மறந்துவிட்ட மாதிரித்தான் இருந்தது. மறக்கிறதுக்குத் தான் இப்படிச் சிரிக்கிறாளோ என்னவோ.

இசக்கி சிரிப்பு ஷோபா சிரிப்பு மாதிரி. இந்த மாதிரிச் சிரிப்புக்கு முன்னால் அல்லது சிரிப்புக்கு அப்புறம் ஏதோ ஓர் இடத்தில் மரணத்தின் கனத்த பாறை உருண்டு நிற்கும்போல" என்று அரசுவின் கடிதம் முடிந்திருந்தது.

கதவைத் திறந்த முகத்தில் அந்தச் சிரிப்பு அப்படியே இருந்தது.

"என்ன இசக்கி நல்லா இருக்கியா?" என்று கேட்டேன்.

கொஞ்சம் சுருங்கி மறுபடியும் முன்னைவிடப் பெரிதாக விரிந்த சிரிப்புடன் "நல்லா இருக்கேன்..." என்று கதவைத் திறந்தாள்.

கொண்டித் தாழ்ப்பாள் விலகுகிற சத்தமே கேட்கவில்லை. இசக்கி என்னையே பார்த்துக் கொண்டிருந்தாள். அவளது வலது கையில் வானவில் நிறங்களில் சோப்பு நுரை தணிந்து விடை பெற்றுக் கொண்டிருந்தது.

"சீனுவாசன் எத்தனாங்கிளாஸ் படிக்கிறான்?" என்று மட்டும் அவளுடைய ஆச்சரியத்தைக் கூட்டினேன்.

"நீங்க யாருன்னு இனம் தெரியலையே?" நான் உள்ளே வருகிற வரை அனுமதித்து மறுபடியும் கதவைப் பூட்டினாள். இப்போதும் பூட்டுகிற சத்தம், சாவி விழுந்து மழுக்கென்று உள்ளே புரள்கிற சத்தம் எதுவும் கேட்கவில்லை.

"அரசு எப்ப வரும் காலேஜில இருந்து" நான் பக்கத்தில் இருந்த நாற்காலியில் உட்கார்ந்தேன்.

"திட்டமாச் சொல்ல முடியாது. ஒரு நாளைக்கு முன்னால வரும். ஒரு நாளைக்குப் பிந்திவரும். எப்படியும் பெரிய அய்யாவுக்குச் சாப்பாடு கொடுக்கிறதுக்கு வந்துரும்" – இசக்கி என் பெட்டியை எடுத்துக் கொண்டிருந்தாள்.

நான் என் பதட்டத்தைத் தணித்துக்கொண்டேன். இந்த வீட்டின் ஏதோ ஒரு அறையில் படுத்துக்கிடக்கிற அரசுவுடைய அப்பாவை உடனடியாகப் பார்க்கத் தோன்றியது.

பினாயில் வாசனை, மூத்திர வாடை என்று எதுவும் இல்லை. திரைச்சீலை அசைகிற, வெயில் வட்டங்கள் விழுகிற, சுவரில் நூல் பிடித்து எறும்புகள் நகர்கிற, மின் விசிறிக் காற்றுக் கிழிகிற ஒரு உள்பக்க அறைக் கட்டிலில் அரசுவின் அப்பா படுத்திருக்க வேண்டும்.

"கட்டிலோடு கட்டிலா கிழிஞ்ச நார்மாதிரி கிடக்காரு பெரிய அய்யா" ஒவ்வொன்றைச் சொல்லி முடிக்கும்போதும் ஒரு முற்றுப் புள்ளி வைப்பதாக இசக்கிக்குச் சிரிக்கிற பழக்கம்போல. டைப் அடிக்கும்போது ஸ்பேஸ் விடுகிறமாதிரி இசக்கி சிரிப்பை விட்டு விட்டு அப்புறம் நகர்ந்து செல்கிறாள்.

முன்கட்டு அப்படியேதான் இருந்தது. பெரிய மாற்றங்கள் எதுவும் இல்லை. புகைப்படங்கள் அப்புறப்படுத்தப்பட்டிருந்தன. அதற்குண்டான கீழ்ச்சட்டம் அப்படியேயிருந்தது.

ஊஞ்சல் இருந்தது. ஊஞ்சல் கம்பிக் கண்ணிக்குள் பனை விசிறியைச் செருகி வைக்கிற பழக்கம் உடையவராக அரசுவின் அம்மா இருந்திருக்கவேண்டும். இப்போது விசிறி எதுவும் இல்லை. ஆனால் அந்த விசிறி செருகப்படாமல் இந்த ஊஞ்சலில் பார்க்க நன்றாக இல்லை.

ஊஞ்சல் அசையும்போதா, அசையாதபோதா எப்போது ரொம்ப அழகு?

இந்த ஊஞ்சலில் உட்கார்ந்து நான் எதையோ வாசித்துக் கொண்டு இருக்கும்போதுதான் – இப்போது ஞாபகம் வந்துவிட்டது.

வண்ணதாசன் | 117

“பாழ்நிலம்.” அரசுவின் அப்பா ஊரிலிருந்து வந்தார். வார இறுதி வருகை.

வந்ததும் வராததுமாக. “அப்படியே எழுந்திரிச்சுப் போயிரு. பொடதியிலே கையை வச்சுத் தள்ளும்படியா ஆக்கிவிடாதே” என்று என்னைப் பார்த்துக் கத்தினார்.

“அவியலும் பொரியலும் வச்சு சாப்பாடு போட்டு, ஊஞ்சல்ல உட்கார்த்தி வச்சு அழகு பார்த்துக்கிட்டா இருக்கே, மூதேவி...” என்று அரசுவின் அம்மாவை அறைந்தார். கல்பொறுக்கிக் கொண்டிருந்த மடிச்சுளகிலிருந்து பாசிப்பயிறு பட்டாசல் முழுவதும் விசிறியது.

அரசுவின் அம்மா அதைக் குனிந்து கூட்டினார். காய்த்துப் போன அந்தச் சிறு உள்ளங்கைக்குள் உருண்டு உருண்டு இளம் பச்சை குவிந்து கொண்டு இருக்கையில் அந்த உதை விழுந்தது.

“நான் என்ன சொல்லுதேன். நீ என்ன செய்துக்கிட்டிருக்க?” என்று அடுத்தும் உதைக்கப் போவது போல அவர் காலை மடக்கிக் கொண்டு நின்றார்.

அந்தச் சமயத்தில் அரசு இல்லை. மார்க்கெட்டுக்குப் பக்கம் லைப்ரரி இருக்கும். அங்கே போயிருக்கலாம். புகைபிடிப்ப தற்காக வெளித்தெப்பக் குளம் வரை சுந்தரத்துடன் நடந்துவரப் போயிருக்கலாம். அரசுவுக்கு அதனதன் நேரத்தை அது அதற்குக் கொடுத்துவிட வேண்டும்.

“கோணல்கள்” புத்தகத்தை விட்டு விட்டுப் போய்விட்டாய்” என்ற நடந்த எல்லாவற்றிற்கும் வருத்தப்பட்டுவிட்டு அரசு எழுதி யிருந்ததற்கு “உங்கள் அம்மாவை அந்த நிலையில் விட்டுவிட்டு வந்ததுதான் கஷ்டமாக இருக்கிறது” என்று எழுதினேன்.

ஆளுயர மரப்பெட்டிபோல நிற்கிற அந்த ரேடியோகிராம் இன்னும் அதே இடத்தில் இருக்கிறது. பெரிய பெரிய இசைத் தட்டுக்கள் மேலும் மேலும் மிகப்பெரிதாகி இந்த அறையின் நான்கு சுவர்களையும் தொடுகிற ஒற்றைக் கருந்தட்டாகச் சுழல்வது மாதிரி யிருந்தது.

அலைபோன்று மிதக்கிற அசைவுகளுடன் சுழல்கிற இசைத் தட்டின் கருப்பு இழைகள், அதன் நடுவட்டத்தில் ஒட்டப்பட்டிருக்கிற ஊதாநிற விவரங்கள் எல்லாம் என்னைச் சுற்றிச் சுற்றி வந்தன.

அரசுவின் அப்பா ஒரு துரும்புபோலக் கிடந்தார்.

இவ்வளவு பெரிய நிலைக்கண்ணாடியில் சதா தெரிந்து கொண்டிருப்பதாக இருந்தது அந்த கட்டிலும் அவருமே.

மிக உறுதியான கட்டில். படுக்கை விரிப்புக்கள் கழுத்துவரை போர்த்தப்பட்டிருந்தது. கன்ன எலும்புகள் துருத்தி, ஒரு மண்டை யோடு போல முகம் சற்றே உயர்ந்திருந்தது. இன்றைக்குக்கூட சவரம் செய்திருக்க வேண்டும்.

"நான் தாடிவைப்பது புதிது ஒன்றுமில்லை. அப்பாவுக்குச் சவரம் செய்வதுதான் என் இப்போதைய தினசரி தியானம். எந்த உணர்வும் அசைவுமற்றிருக்கிற அவர் முகத்துக்கு, எந்த உணர்வும் அசைவுமற்று நான் ஷேவ் செய்கிறேன். அப்பாவின் சவரக் கத்தி பிரசித்தமானது. அப்பாவின் தீட்டுக் கல் பிரசித்தமானது. நான் அப்பாவின் சவரக்கத்தி போலக் கூர்மையாக இருக்கிறேன். அந்தக் கத்தியை உபயோகிக்கிற போது உயர்ந்து நிற்கிற என் சுண்டுவிரலை நீ பார்க்க வேண்டும்!"

அரசுவின் வரிகளை நினைத்தபடியே கட்டிலைப் பார்த்துக் கொண்டு நின்றேன். இசக்கி வந்து ஒரு சிறு துண்டால் அவருடைய வாயின் ஓரங்களைத் துடைத்துவிட்டாள். ஒரு பொத்தானை அழுத்தியதும் லேசாகத் திறக்கிற நீலவெல்வெட் தைத்த மூக்குத்தி டப்பாவைப்போல அவரது இமைகள் திறந்து மூடின.

அந்தப் போர்வையை நான் விலக்க முயற்சித்தபோது இசக்கி தடுத்தாள். "இருக்கட்டும்மா... வெற்று உடம்பைத்தான் சும்மா அப்படியே மூடினாப்போல போட்டிருக்கு..."

நான் ஒன்றும் சொல்லவில்லை. அவருடைய போர்வையை இன்னும் விலக்கினேன். வயிறு ஒட்டி, இடுப்பு எலும்பு தென்னி, முட்டுச் சிப்பி உலர்ந்து, வெளிறிப்போன பாதங்களுடன் விரல்கள் உயர்ந்திருந்தன. கால்நகங்களைக்கூட ஒழுங்காக வெட்டி விட்டிருந்தது அரசுவாகத்தான் இருக்கும்.

மீண்டும் போர்த்துவதற்குள் அவருடைய இடுப்பைப் பார்ப்பதைத் தவிர்க்க முடியவில்லை.

"இசக்கி, படுக்கை விரிப்பை மாற்றிவிடலாமா, நனைந்த மாதிரியிருக்கிது"

"அரசு அய்யா வந்துரட்டும்" இசக்கியின் பதில் சிரிப்பில் தயக்கமிருந்தது.

"அவர் மெதுவாக வரட்டும். அவசரமில்லை" – நான் படுக்கை விரிப்பை மாற்றத் துவங்கினேன். தூக்குவதற்குச் சிரமம் தராத

எடைதான் அவருடையது. ரப்பர் ஷீட்டுக்கு இன்னும் அதே ஒரு பக்கம் ஊதா ஒரு பக்கம் சிவப்பு நிறம்தான். பவுடர் கூட அதே தயாரிப்பு. ஆரஞ்சுநிற டப்பாதான் மாறியிருக்கிறதே தவிர அதே வாசனைதான்.

"ஜன்னலைத் திறந்துவை இசக்கி" என்றேன்.

உள்ளிருந்து திறக்க முடியவில்லை. வெளிப் பக்கமாகப் போய் நின்று இசக்கி கதவைக் குத்தினாள். அதிகநாள் அடைத்துக்கிடந்த ஜன்னல்கதவு உட்பக்க விளிம்பில் படாரென்று மோதியது. வெளியிலிருந்து இலையும் நிழலுமாக வெயில் அவர் உடம்பின் மீதும் தரையிலும் ஆவேசமாக வந்து விழுந்து அசைந்தது.

நான் அந்த ரேடியோ கிராமைத் திறந்தேன். "கிருஷ்ணா முகுந்தா முராரே" இருந்தது.

"அதெல்லாம் காதுல விழாதும்மா. சத்தம் கொடுத்தாலே என்னான்னு கேட்கமாட்டாரு" – இசக்கி என் பக்கம் வந்து சொன்னாள்.

"அவரு கேட்காட்டி என்ன, நாம கேட்போம்" என்று ஓட விட்டேன். எம்.கே.டி.யின் குரல், எல்லா அறைகளையும் ராத்திரியோடு ராத்திரியாக... மூழ்கடிக்கிற வெள்ளம் மாதிரி, நிரப்ப ஆரம்பித்தது. சிறிது நேரத்தில் இசை மட்டம் உயர்ந்து அனைத்தும் நிரம்பி வழிந்துவிடக்கூடும்.

இசக்கி வந்து என் கையைப் பிடித்தாள்.

"எனக்கு இப்படியெல்லாம் செய்யத் தெரியாது. சின்னய்யா குளுப்பாட்டி பவுடர் போட்டு விட்டா, ரெண்டு ஊதுவத்தியை வேணும்னா கொளுத்தி வைப்பேன்."

"ரெண்டும் ஒண்ணுதான்."

"அதெப்படி ரெண்டும் ஒண்ணு ஆகும்?"

"ஒண்ணுதான். ஒண்ணுதான். ஒண்ணுதான்" என்று சப்பாணி கொட்டுவது போல் இசக்கியின் கையைப் பிடித்துக் குலுக்கினேன். அவள் சிரித்திருக்கத்தானே வேண்டும். இல்லை, லேசாகக் கண்கலங்கின மாதிரி இருந்தது.

"ஒரு காபி குடிக்கலாமா இசக்கி?" என்று அவளை அப்புறப் படுத்தினேன். அடுக்களைக்குள் தேங்காய் நெற்றுக்கள் வரிசையாக நிறுத்தப்பட்டிருந்தன. நெற்றுக்களின் வெடிப்பை ஒருமுறை

பார்த்தேன். எத்தனை முறைகளும் பார்க்கலாம். விதம் விதமான கீறல்கள். நிறங்கள்.

நான் சேலை மாற்றிக்கொண்டு திரும்பும் போது இசக்கி காணாமல் போயிருந்தாள். அவள் பெயரைச் சொல்லிக் கூப்பிட்டுக் கொண்டே பின்பக்கம் போனேன்.

"வாரேன்... வாரேன்" என்று இசக்கி சத்தம் கொடுத்தாள்.

"நீ என்ன வருகிறது. நானே அங்கே வாரேன்" என்று புற வாசல் நடைக்குப் போனேன். நடைகள் சில சமயம் நம்மைத் தடுக்கிறது. தாண்டிப் போகச்சொல்கிறது. உட்காரச் சொல்கிறது. அப்படியே நடையில் உட்கார்ந்துகொண்டேன்.

இசக்கி தொழுவில் பால் கறந்து கொண்டிருந்தாள்.

குதிங்கால் மேல் அமர்ந்து அவள் பால் பீச்சுகிற விதம். கழுத்து மடங்க பசு, கன்றுக் குட்டியை நக்குகிறபோது கேட்கிற மணிச் சத்தம், அடுத்த தொழுப் பசுவின் வயிறு எக்கின நீண்ட குரல், கொல்லையில் கீழே விழுந்த கிடக்கிற தென்னை மட்டையைத் தரையோடு தரையாக இழுத்துப்போகிற முகம், முடியப்போகிற பிற்பகலின் மௌனம் என்று எல்லாம் வேறுமாதிரியாக இருந்தது.

இப்போது இந்த நடையில் என்னோடு இசக்கியும் வந்து உட்கார்ந்து கொள்ளலாம். இசக்கி இல்லாவிட்டால் அரசு. அரசு இல்லாவிட்டால் அரசுவின் அம்மா. யாராவது ஒருத்தர் பக்கத்தில் உட்கார வேண்டும். எதுவும் பேசக்கூடாது. இந்த மத்தியானத்தைப் பார்த்துக்கொண்டே இருக்க வேண்டும்.

இந்தப் புறவாசலில் ஒரு வாய்க்கால் ஓடினால் நன்றாக இருக்கும். ஒரு நாணல்புதர் தண்ணீருக்கு மத்தியில் இருந்தால் இன்னும் நல்லது. ஆறு என்றால் நாணல், பாறை எல்லாம்தானே. பாறைமேல் ஒரு கிழட்டுப் பாம்பு ஏறியிறங்கி இன்னொரு பாறை மேல் ஊர்ந்து தன்போக்கில் போய்க்கொண்டே இருக்கவேண்டும். சிதை எரிகிற வாசனையைத் தவிர்க்க முடியாது. மொடமொட வென்று பழுத்து அரசிலை உதிர்த்து கிடக்கிற பேராச்சியம்மன் கோயில் மணியை யார் இப்போது அடிக்கப் போகிறார்கள்?

இசக்கி பால் செம்போடு வந்தாள். பித்தளைச் செம்பின் கழுத்து வரை பொங்கல் பானை மாதிரி பால் நுரைத்துக் கிடந்தது.

நான் கன்றுக்குட்டி முட்டுவதையே பார்த்துக் கொண்டிருந்தேன்.

வண்ணதாசன் | 121

"கண்ணுக்குட்டிக்கு ரெண்டு காம்பு, நமக்கு ரெண்டு காம்பு. இன்னும் கொஞ்ச நேரத்தில் அது துள்ளுகிற துள்ளைப் பார்க்கணுமே" இசக்கி உள்ளே போகத் தயாரானாள்.

"இப்படிக் கொஞ்சம் உட்காரேன்" என்று கையை இழுத்தேன்.

"சரியாப் போச்சு" என்று மறுப்பது போலவும் ஒத்துக் கொள்வது போலவும் இசக்கி நடையில் உட்கார்ந்தாள்.

உட்கார்ந்தவாக்கில் தலையைச் சாய்த்து, இசக்கி தலையைப் பக்கவாட்டில் முட்டினேன்.

இசக்கி சிரித்தாள். என் கையைத் தன் கையில் எடுத்துக் கொண்டு "நீங்க யாருன்னு சொல்லவே இல்லையே?" என்றாள்.

தடதடவென்று மோட்டார் சைக்கிள் வந்து நிற்கிற சத்தம் முன் வாசலில் கேட்டது.

அழைப்புமணி ஒலிப்பதற்குச் சற்றுத் தாமதமாயிற்று.

வாசலில் கிடக்கிற என் செருப்புக்களை அரசு பார்த்திருக்க வேண்டும்.

விகடன் தீபாவளி மலர் 2003

உயரம்

"எல்லாரும் படுத்தாச்சோ?"

வாசலில் சத்தம் கேட்டது. அது ராமலிங்கம் மாமாதான் என்று உடனடியாகப் பிடிபட்டுவிட்டது. சில பேர் குரல் எத்தனை வருஷத்திற்கு அப்புறம் கேட்டாலும் இனம் தெரிந்து விடுகிறது.

"வாங்க மாமா" என்று சொல்லிக் கொண்டு கதவைத் திறந்தேன்.

ராமலிங்க மாமா நடைப்பக்கமாக வெளியே தள்ளி நின்று கொண்டிருந்தார்.

கயிற்றுக் கொடியில் துவைத்துக் காயப்போட்டிருந்த கால் சட்டைகளும், சேலையும் வினோதமாக விம்மி அசைந்து கொண்டிருந்தன.

வெளிப்பக்க விளக்கைப் போட்டதும், இதற்கு முன்பு வேறு மாதிரியாக இருந்த துணியின் அசைவுகள் சாதாரணமடைந்து, ராமலிங்க மாமாவை மட்டும் அதிகமாக அடையாளங் காட்டியது.

மாமா சிரித்துக் கொண்டு, மறுபடியும் "எல்லோரும் படுத்தாச்சோ?" என்று கேட்டார். கால் செருப்பைப் பாதி கழற்றியும் கழற்றாமலும் ஒரு தயக்கம் இருந்தது அவரிடம்.

"என்ன அங்கேயே நின்னுக்கிட்டிருக்கீங்க. உள்ளே வாங்க" என்று சொல்லும் போது மாமா நகர்ந்து உள்ளே வந்தார். முதுகுக்குப் பக்கமாக இருந்த கைகளில் காய்கறிப் பை இருக்க வேண்டும். தடியங்காய் கீற்று லேசான வெள்ளையில் வளை வாக எட்டிப்

வண்ணதாசன்

பார்த்தது. "மார்க்கெட் பாதையா வந்தேன். ஒரு ஜோலியாக வரும் போது இன்னோரு ஜோலியும் சேர்த்துப் பார்த்தால்தான் முடியுது. தடியங்காயும், பலாக்காய்ப் பொடியும் கொஞ்சம் வாங்கினேன்" ராமலிங்க மாமா பையை நடைப் பக்கமாகக் குனிந்து வைத்தார்.

"ஏற்கனவே சித்தப்பா ரெண்டு தடவை வந்து தேடிவிட்டுப் போனாங்க" சரசு நாங்கள் உள்ளே வருவதை எதிர்பார்க்கிற மாதிரி நின்று கொண்டு இருந்தாள். கையில் வாரப் பத்திரிகை இருந்தது. தொலைக்காட்சிப் பெட்டியில் வண்ணங்களும், உருவங்களும் மாறிக் கொண்டிருந்தன அமைதியாக.

"நீ பார்க்கிறதானால் பாரும்மா. சவுண்டைக் கூட்டி வச்சுக்க. நான் ரெண்டு நிமிஷத்திலே மருமகன்கிட்டே பேசிட்டுப் போக வேண்டியது தான்" – ராமலிங்க மாமா உட்காராமல் நின்று கொண்டே பேசினார். அவருடைய பார்வையும், சரசுவினுடைய பார்வையும் சின்னத்திரை மேலேயே இருந்தன.

"ரெண்டு நிமிஷமோ, நாலு நிமிஷமோ முதலில் உட்கார்ந்து பேசுங்க மாமா"

நான் சொன்ன பிறகும் மாமா உட்காரவில்லை.

"பேத்தி எங்கே தூங்கிட்டாளா" என்று கேட்டார்.

"உள் ரூம்ல படுத்திருக்கா" என்று சரசு சொல்லிவிட்டு "உட்காருங்க சித்தப்பா" என்று கேட்டுக் கொண்டாள்.

"பேத்தியைக் கைப்பிள்ளையாக இருக்கும்போது பார்த்தது. கிட்ட முட்ட நான் இந்தப் பக்கம் வரவே இல்லையே. நல்லா வளர்ந்திருக்காளா இப்போ." ராமலிங்கம் மாமா சரசுவைப் பார்த்தார்.

"நல்லா வளர்ந்திருக்காளான்னு கேள்வி என்ன கேள்வி, நீங்களே நேரிலே பார்த்துச் சொல்லுங்களேன்." நான் ராமலிங்கம் மாமாவை உள்ளே அழைத்துக் கொண்டு போனேன்.

"தூங்குகிற பிள்ளையை எழுப்ப வேண்டாம்" என்று சொல்லிக் கொண்டே மாமா வந்தார். வீட்டில் உள்ளவர்கள் ஒரு கட்டில் இருந்து இன்னோர் கட்டுக்கு நடமாடும் போது கண்ணில் படாதவை எல்லாம் இப்போது மாமாவுடன் போகும் போது கண்ணில் படுகிற மாதிரி இருந்தது.

தக்காளிப் பழம் இருக்கிற பிளாஸ்டிக் கூடையில், வெளியில் எறியப்பட வேண்டிய ஒரு பழத்தொலி இருந்தது. தினசரித் தாள்கள் அடுக்கி வைத்திருக்கிற இடம் அடைசலாகத் தெரிந்தது. பூஜை

அலமாரியில் பெரிது பண்ணி மாட்டி வைத்திருக்கிற சரசுவின் அப்பா படத்தில் குங்குமம் அதிகமாக இருந்தது. கட்டில் மேல் விரிப்புகள் ஒழுங்கற்று இருப்பது போலக் கூச்சமாகத் தோன்றியது.

ராமலிங்க மாமா இதையெல்லாம் ஏறிட்டுக் கூடப் பார்க்க வில்லை. ஒரு கட்டத்தில் எனக்குப் பின்னாலேயே வந்து கொண்டிருந்தவர், கட்டில் பக்கம் வந்ததும் என்னை முந்தி முன்னால் போனார். மண்டி போட்டுத் தரையில் உட்கார்ந்து கொண்டு,

"என்ன அழகாத் தூங்குறா பேத்தி" என்று நெற்றியிலிருந்து தலையை வருடிக் கொடுத்தார்.

"எங்க அக்கா பேருதானே விட்டிருக்கு!" என்று மேலும் மேலும் காதோரம், கன்னம் என்று தடவிவிட்டார்.

"அம்மை பேருதான். ஆனால் எல்லோரும் கூப்பிடுகிறது நித்திஷா..." நான் மாமாவைப் பார்த்துச் சொன்னேன்.

"உன் மூத்த மருமகனுக்குக் கூட சொர்ண வேலுன்னுதான் பெயர் வச்சோம். கடைசியில சுரேஷ்னுதான் நிலைச்சுப் போச்சு. பெயருல என்ன இருக்கு" – ராமலிங்கம் மாமா சட்டென்று எழுந்து நின்றார். பேத்தியைத் தடவிக் கொண்டிருந்த இரண்டு கைகளையும், சந்தனம் பூசுகிற மாதிரி ஒன்று மாற்றி ஒன்று தடவிக் கொண்டார். அப்படிக் கையைப் பிசைந்து கொண்டே அவர் நிற்கிற நேரத்தில், அந்தக் கட்டில், படுத்துத் தூங்குகிற நித்திஷா, விடிவிளக்கு, மேஜையில் வைத்திருக்கிற புத்தகங்கள் எல்லாம் மறைந்து, அவரும், நானும் மட்டுமாகி விட்டது போல இருந்தது.

இது போன்ற சமயங்களில் எந்தக் கை, சுற்றியிருக்கிற அனாவசியத்தை எல்லாம் அப்புறப்படுத்துமென்று தெரியவில்லை. எது இந்த அறையில் இருக்கிற கொஞ்ச நஞ்ச இரைச் சலையும் உறிஞ்சி எடுக்கும் என்று புரிந்துகொள்ள முடிய வில்லை.

ராமலிங்க மாமா என் பக்கத்தில் வந்து நின்றார். அவர் என் தோளில் கை வைத்துப் பேச மாட்டாரா என்று தோன்றியது. திடமான பாறைகள் போல ஒவ்வொரு புறமும் சரிந்து கிடக்கிற மனமே, இப்படி ஒரு சில இடங்களில் ஒரு சில மனிதர்கள் முன் உருகி, ஆவியாகி ஓடிவிடத் தயாராகி விடுகிறது. எங்கெங்கோ அடைபட்டிருக்கிற ஊற்றுக்களை, ராமலிங்க மாமா விரல்கள் தோண்டிவிட்டு விட்டன என்பது நிஜம்.

"சுரேஷ் என்கிறது மூத்தவன் தானே மாமா?" – மாமா தலை அசைத்தார்.

“வாலிபால், பேஸ்கட்பால் எல்லாம் விளையாடுவானே அவன் தானே சுரேஷ்?”

மாமா மேலும் தலையசைத்தார். நான் இன்னும் ஏதாவது கேட்பேன் அல்லது சொல்வேன் என்பது போல் ஒரு அவகாசத்தை எனக்குக் கொடுப்பது போலச் சும்மா இருந்தார்.

“நல்லா வளர்த்தியில்லா அவன்”

நான் இப்படி சுரேஷின் வளர்த்தியைப் பற்றிக் கேட்டதும் மாமாவுக்கு ரொம்ப சந்தோஷம் ஆகிவிட்டது.

“நானும் அத்தையும் குட்டை. ஆனால் அவங்க இரண்டு பேரும் நல்ல உயரம். சுரேஷ் சொல்லப்போனால் உன்னை விடக் கூட ஒரு பிடி உயரம்”

“ஆறடி இருப்பானா?”

“அஞ்சு பத்து”

“நானும் அஞ்சு பத்துதான் மாமா”

“அப்ப ரொம்ப நல்லதாகப் போச்சு”– ராமலிங்கம் மாமா சட்டென்று சொன்னார். சொன்ன கையோடயே “உன் சட்டை டிரௌசர் எல்லாம் அவனுக்குச் சரியாக இருக்கும் இல்லையா” என்று என்னைப் பார்த்துக் கேட்டார்.

கேட்கும் போது மினுக்கென்று கண்களில் சட்டென்று கண்ணீர் திரண்டது. மாமா குனிந்து கொண்டார்.

“பேத்தி முழிச்சிட்டாளோ” என்று கட்டில் பக்கம் திரும்பிக் கண்ணைத் துடைத்தார்.

“சுரேஷுக்குக் கண்டக்டர் வேலை கிடைச்சிருக்கு. சட்டையைக் கூட இருக்கிறதை வச்சு ஒப்பேத்திக்கிடுவான். டிரௌசர் அவ்வளவு இல்லை. உங்கிட்ட ஏதாவது பழசு, நீ வேண்டாம்னு கழிச்சுப் போட்டது இருந்தால் வாங்கிக்கிட்டுப் போலாம் என்று தான் வந்தேன்” – மாமா இப்போது என்னைப் பார்க்கவில்லை.

“இதுக்குப் போய் நீங்க ரெண்டு மூணு தடவை வரணுமா மாமா. சுரேஷ்கிட்டேயே சொல்லி விட்டிருக்கலாமே”

“உன்கிட்டே சொல்லுகிறதுக்கு என்ன. சுரேஷை அனுப்புகிறதுக்கு எனக்கு மனசு கேட்கலை. எப்படி எப்படியோ ஒவ்வொரு பிள்ளைகள் வளருது. ஆளாகுது. நம்ம புள்ளைகளுக்குப் போட்டுக்கிடத் துணிமணி வாங்கிக் கொடுக்க நமக்கு வக்கு இல்லை. நான் இதைச்

சொல்றது ஒரு மாதிரி. சுரேஷை அவன் வாயால எதுக்கு இதைச் சொல்ல வைக்கணும். சின்னஞ் சிறிசு தானே அவன்"

அழுதுவிடக் கூடாது என்ற முயற்சியில் மாமா பலவந்த மாகவும், செயற்கையாகவும் சிரித்தார்.

சுரேஷ் இந்த நேரம் என்னுடனும், மாமாவுடனும் நின்றால் எவ்வளவு உயரம் இருப்பான் என்று யோசித்தேன்.

எவ்வளவு யோசித்தாலும் மாமாதான் உயரம் என்று தோன்றியது.

ஆறாம் திணை
மின்னிதழ்

சிநேகிதிகள்

"உங்களை யாரோ கூப்பிடுகிறார்கள்" அனுஷா என்னிடம் சொல்லும் போது நான் ஆற்றையே பார்த்துக் கொண்டிருந்தேன்.

ஒரு புகை மூட்டத்துக்குள் தெரிவது போல ஆறு பெருகிப் போய்க் கொண்டிருந்தது. மழை பெய்து கொண்டே இருப்பதும் அந்த மழை அப்படியே ஆற்றில் சரம்சரமாய் இறங்குவதும் மழையின் கையைப் பிடித்துக்கொண்டு ஆறு ஓடுவதுமாக இருந்தது.

ஒரு பிற்பகல் இது என்றும், எத்தனையோ தடவை இறங்கிக் குளித்த ஆற்றின் கரையில்தான் நான் நிற்கிறேன் என்பதையெல்லாம் மறந்து, இதுவரை நேராத ஒரு பொழுதாகவும் இப்போதுதான் இந்தப் படித் துறையில் முதன்முதலாகக் கால்நனைத்துவிட்டு நிற்பதாகவும் தோன்றிக் கொண்டிருந்தது.

இந்த அறுபது வயதிலும் புதையாத மணலில் கால்கள் புதைவது போல இருந்தது. அந்தக் குறுகுறுப்பைக் கால்களின் பாதம் உணர்வது கூட இதுவரை அற்ற ஒன்றுதான். பாறைகள் முங்கிவிட்டிருந்தன. முங்கிய பாறைகளைத் தேடி கொக்குகள் அந்தந்த இடங்களில் தணிவாகப் பறந்து மறுபடியும் மேலே எவ்வின. பக்கத்து ஊரில் கொடை நடக்கிறதோ என்னவோ. சாமி கொண்டாடிகள் ஏழெட்டுப் பேர் குளித்துவிட்டுப் போகிறார்கள். கல்படியில் மஞ்சள் நீர் மினுங்கியது.

"உங்களைத்தான் சேது" அனுஷா என் கையைப் பிடித்து நிறுத்தினாள். அனுஷாவால் காரில், ஆட்டோவில் எல்லாம் மிகச்

சாதாரணமாகப் பக்கத்தில் உட்கார்ந்து வர முடிகிறது. தேவைப் படுகிறபோது தண்ணீர் பாட்டிலையோ, கைப் பையையோ என்னைத் தொட்டு வாங்கிக் கொள்வதில் சிறு தயக்கமும் இல்லை. காமெராவை அல்லது செல்போனை "கொஞ்சம் வைத்திருக்கிறீர்களா" என்று என்னிடம் கொடுத்து விட்டு, சிலசமயம் என் மடியில் வைத்து விட்டுக்கூட, ஒரு சின்னக் குழந்தை மாதிரிப் படியில் உட்கார்ந்து காலை ஆற்றுக்குள் தொங்கப்போட்டுக் கொண்டு பாட்டுக் கேட்க முடிகிறது. மீன் கடிக்கிறது என்று சத்தம் போட முடிகிறது. ஒரு பாறையைத் தாண்டி இன்னொரு பாறையில் நின்று புகைப்படம் எடுப்பதற்காக கையை நீட்டி என்கையைப் பிடித்துவந்து என்னுடன் நிற்க முடிகிறது. கல்மண்டபத்தின் மேல் நிற்கிற ஆட்டுக்குட்டியைக் காட்டிப் பேசும்போது கைகளின் உயர்த்தலில் விலகுகிற சேலையைப் பற்றிய ஞாபகமின்றி இருக்க முடிகிறது. அவளுக்கு அந்த ஆட்டுக் குட்டியைப் போல மண்டபத்துக்கு மேல் வெயிலில் படுத்திருக்க வேண்டுமாம்.

"எந்த உலகத்தில் இருக்கிறீர்கள்?" அனுஷா இப்போது என் முதுகில் ஒரு அறை வைத்தாள். கோவிலுக்கு முன்பு உட்கார்ந் திருந்த சாமியார் எங்களையே பார்த்துக் கொண்டிருந்தார். அவர் கழுத்துக் கொள்ளாத அளவுக்கு ஆரம் ஆரமாக ருத்திராட்ச மாலைகள் நிரம்பியிருந்தன. மிக வழவழப்பான கருப்பில், குங்குமம் இடப்பட்டிருந்த திருவோட்டில் காசுவட்டங்களின் மினுமினுப்பு. "என்ன அது?" என்று திரும்பும்போது, அனுஷா கையைக் காட்டின திசையில் இரண்டு பெண்கள் வந்து கொண்டிருந்தார்கள்.

"அந்த வாளிப்பான கிழவி, மன்னிக்கவும், பெண் உங்களைக் கூப்பிட்டாள்" என்று ஆங்கிலத்தில் என்னிடம் சொல்லிவிட்டு, அந்தச் சாமியாரைப் புகைப்படம் எடுக்கத் துவங்கினாள். நான் நிதானிக்க வேண்டியது இருந்தது. ஆற்றில் துவைத்துப் பிழிந்து முறுக்கின துணிகள் இருக்கிற பிளாஸ்டிக் வாளி ஒன்று இடுப்பில் இருப்பதால், சற்றுச் சாய்வாக நடந்து வந்து கொண்டிருந்தவள் என்னைப் பார்த்துச் சிரிக்கிறது தெரிந்தது. அந்தச் சிரிப்பிலிருந்து முகத்தினுடைய அடையாளம் துவங்குவதை உணர முடிந்தது. மங்கின ஒற்றைக்கல் மூக்குத்தியும் சுருள்சுருளாக ஈரம் காயாது இருந்த நரைமுடியும் மேலும் சில சாயல்களைத் திறந்துவிட்டன.

"சேது அய்யா தானே" என்று அவள் கேட்கும்போது, கழுத்தும் கழுத்துக்குக் கீழுமாகத் தோளில் கிடந்த ஈரத்துணிகள் அவளை மேலும் குள்ளமாகக் காட்டின.

வண்ணதாசன் | 129

ஞாபகம் வந்துவிட்டது. நாச்சியார். அடப்பாவி, எப்படி இருப்பாள், ஒரு காலத்தில்!

தெருவே அல்லவா அவளால் குலுங்கிக் கிடந்தது.

சுந்தரம் வாடகைக்கு இருந்த வீட்டுக்கு நேர் பின்னால் ஒரு குச்சு வீடு உண்டு. அதில்தான் குடியிருந்தாள். முத்தையாவுக்கு இவள் சம்சாரம் என்றால் யாரும் நம்பமாட்டார்கள். அவன் மேல்சட்டை கூட அதிகமாகப் போடமாட்டான். இவள் தினுசு தினுசாகச் சட்டை போடுவாள். சட்டை எல்லாவற்றையும்விட, அதற்குக் கீழே அணிகிறவை பற்றித் தெரு முழுவதும் பேசியது உண்டு.

அவ்வளவு கச்சிதமான அளவுகளில் அவள் ரவிக்கை அணிவதற்கு ப்ளூ ஸ்டார் டெய்லர்தான் காரணம் என்றும், ஜெயபாலா ரெடிமேடில் கிடைக்காத உள்பாடிகளை எல்லாம் வடக்கே எங்கிருந்தோதான் தன் சொந்தச் செலவில் அவன் வாங்கிக் கொடுப்பதாகவும் சொல்வார்கள். அதில் ரகசியம் ஒன்றும் இல்லாதபடிக்கே நாச்சியார் இருந்தாள். ப்ளூ ஸ்டார் டெய்லர் மாத்திரமில்லை, நிறையப் பேர் வந்து போவதற்குத் தோதுவாக அந்தக் கக்கூஸ் முடுக்கு இருந்தது. மூக்கைப் பொத்து வதற்கு எல்லாம் இந்த மாதிரி விஷயங்களில் யாராவது யோசிக்கப் போகிறார்களா என்ன.

நாச்சியாரை வேலைக்கு வைத்துக் கொள்ளவும் யாரும் பின் வாங்கவில்லை. திங்கு திங்கென்று அவள் குடம் குடமாகத் தெருப் பைப்பில் இருந்து ஆற்றுத் தண்ணீர் பிடித்துக் கொண்டு போய் ஊற்றாத வீடே அந்த வரிசையில் இருக்காது. வீட்டுப் பெண்களின் முணுமுணுப்பையும் தாண்டி, அந்தப் பக்கத்து வீடுகளின் ஆண்களுக்கு ஒரு புதுக்களையே முகத்தில் வந்து விட்டது என்பது வாஸ்தவம்.

இதெல்லாவற்றையும்விட, சுந்தரத்தின் வீட்டில் வெளிவேலை, உள்வேலை எல்லாவற்றுக்கும் நாச்சியார் என்று ஆகிவிட்டது. ஒரு சிரமமான திசையில் கைமாற்று வாங்கிக் கொடுக்க, புற வாசல் வழியாகக் கொண்டுபோய் மூன்றாம் மனிதருக்குத் தெரியாமல் அடகு வைத்துப் பணம் வாங்கிக்கொண்டுவர எல்லாம் நாச்சியார் தேவைப்பட்டிருக்கிறாள். அது என்னவோ சுந்தரத்துடைய அம்மாவுக்கும் அவளுக்கும் ஒரு ராசி ஆகிவிட்டது. அப்புறம் அதிகப்படி ரேஷன் சீனி, மண்ணெண்ணைக்கும் உதவியிருக்கிறாள். இப்படி யிருக்கும்போது ஊர் உலகம் சொல்வதற்கு எல்லாம் யோசித்தால் கதை நடக்காது அல்லவா.

ஒரு தடவை சுந்தரம் வீட்டுக்குப் போயிருக்கும்போது அவள் தான் கதவைத் திறந்தாள். இன்னொரு தடவை சுந்தரத்தின் மனைவி கொழுக்கட்டையை ஒரு தட்டில் வைத்துவிட்டு, "இந்தா அண்ணனுக்கு தண்ணி கொண்டா" என்று சத்தம் கொடுத்ததும், தன் முந்தானையால் தண்ணீர்ச் செம்பின் வெளி ஈரத்தைத் துடைத்துவிட்டபடி நாச்சியார் தான் கொண்டு வந்தாள். கருப்புப் புள்ளி போட்ட வெள்ளை ரவிக்கையில் அப்படி இருந்தாள் அன்றைக்கு.

"வாங்க, சேது அய்யா" என்று என்னைக் கேட்டது அதை விட ஆச்சரியம்.

யாரும் இல்லாத சமயம், சுந்தரம் என்னைப் பார்த்து, "மாப்பிளேய். உபச்சாரம் எல்லாம் பலமா இருக்கு உனக்கு" என்று சிரித்தான். நான் மிகவும் கஷ்டப்பட்டு என் சிரிப்பை அடக்கிக் கொண்டேனே தவிர, எனக்குச் சுந்தரம் அப்படிக் கேட்டதில் உள்ளுக்குள் ரொம்ப சந்தோஷம்தான்.

"சேது அய்யாதானே?" என்று அவள் இப்போது கேட்கும் போதும் சந்தோஷமாகத்தான் இருந்தது.

"எப்படி இருக்கீங்க" என்று நாச்சியாரைப் பார்த்தேன்.

"யாரு, அடையாளம் தெரியுதா?"

"தெரியாமல் என்ன. முத்தையா சம்சாரம்தானே?"

"நாச்சியாரு"

"தெரியுது, தெரியுது" நான் அவளைப் பார்த்துக்கொண்டு சொல்லும் போதே அவளுக்குப் பின்னால் வளர்த்தியாக நெடு நெடுவென்று நாச்சியாரைப் போலவே துவைத்துப் பிழிந்த துணிகளுடன் யாரோ வந்தார்கள். அந்த மூக்குத்தியைப் பார்த்தாலே கிருஷ்ணம்மா என்று தெரிந்துவிட்டது. ஒரு கல். அதற்குக் கீழ் மூன்று சின்னக் கற்கள். கிருஷ்ணம்மாவுக்கு அடையாளமே தெருவில் அதுதான்.

அந்தக் காலத்திலேயே இரண்டு பேரும் சிநேகிதிகள்தான்.

பாலசரஸ்வதி பஸ்ஸில் ஓடிக்கொண்டிருந்த வள்ளிநாயகத்தின் மனைவியாகத்தான், ஏற்கனவே வாடகைக்கு இருந்தவர்கள் வளர்த்து வந்த பசலைக்கொடியும் சிவப்புக் கனகாம்பரமும் அடையாளமாக இருந்த அந்தத் தெருவடி வீட்டுக்கு கிஷ்ணம்மா வந்தாள்.

கிருஷ்ணம்மா எப்போதும் வாசல் நடையிலேயேதான் உட்கார்ந்திருப்பாள் அல்லது நிற்பாள். நாச்சியாரும் அவளும் தான்

ஜோடி போட்டுக் கொண்டு சினிமா போவார்கள். பொருட் காட்சி போவார்கள். கிருஷ்ணம்மாவுக்குத் தையல்கூடத் தெரியும் என்று கேள்வி. நாச்சியாரைப் பற்றி எவ்வளவு பேச்சு உண்டோ அவ்வளவு பேச்சு கிருஷ்ணம்மாவைப் பற்றியும் உண்டு.

கிருஷ்ணம்மா வீட்டுக்கு நேர் எதிர்த்த பெரிய வீட்டில் இருக்கிற மெடிக்கல் ஸ்டோர் முதலாளி வீட்டு மூத்த பையனுக்கும் கிருஷ்ணம்மாவுக்கும் ஏதோ இருக்கும் போல இருக்கிறது. இத்தனைக்கும் அந்தப் பையன் ரொம்ப அழகு. அவனுடைய சம்சாரமும் இரண்டு பிள்ளைகளும் சிவசூரியன் மாதிரி இருக்கும். ஆனால் இதில் எல்லாம் அப்படி அடி எது, நுனி எது என்று பார்க்க முடிகிறதில்லை. மெடிக்கல் ஸ்டோர்காரர் மருமகளுக்குப் ஃப்ளூக் காய்ச்சல் என்றால் வண்டி அமர்த்தி ஆஸ்பத்திரிக்குக் கூட்டிக் கொண்டு போய் கூட்டிக்கொண்டு வருபவள் கிருஷ்ணம்மா தான். செவ்வாய்க் கிழமை புட்டார்த்தி அம்மன் கோவிலுக்குப் போய் அந்த வீட்டுக் கைப்பிள்ளைகளுக்குத் “தண்ணீர் எறிந்து” ஓதிவிட்டு வருகிறதும் அவள்தான். பின் என்ன வேண்டிக் கிடக்கிறது உலகத்தில்?

கிருஷ்ணம்மாவை இத்தனை வருடங்களுக்குப் பிறகு, கழற்றாத அதே மூக்குத்தியுடன் பார்த்ததும் சந்தோஷமாகவே இருந்தது.

“அப்படியே இருக்கீங்க” என்று சொன்னதும் கிருஷ்ணம்மாவுக்கு ஒரே சிரிப்பு.

“அப்பா... இந்த நாப்பது வருஷத்தில் இன்றைக்குத்தான் வாயைத் திறந்து என்கிட்டே பேசத் தோணியிருக்கு போல” கிருஷ்ணம்மா நாச்சியார் முதுகைத் தொட்டுக் கொண்டு என்னிடம் பேசினாள்.

கிருஷ்ணம்மா ஒரு மாதிரி எப்போதும் கண்ணடித்துக் கொண்டு பேசுவாள் என்று சொல்வார்கள். இப்போதும் கிருஷ்ணம்மாவின் கண்கள் அழகாகவே இருந்தன. பல்வரிசையில் கூட இடைவெளி இல்லை.

நாச்சியாருக்குப் பல் எடுத்திருப்பது தெரிகிறது. அவள் இப்போது பின் கொசுவம் வைத்துக் கட்டுகிறாள் போல. எனக்குச் சுந்தரம் ஞாபகம் வந்தது. அவன்தான் நாச்சியாரின் பின்பகுதியைப் பற்றி அடிக்கடி பேசுவான். ஒரு தடவை வீட்டு வேலை பார்த்துக் கொண்டு இருக்கும் அவளை அந்தப் பகுதியில் தொட்டதை அவனுடைய மனைவி பார்த்துவிட்டதாகவும் சொல்லியிருக்கிறான். சண்டை எதுவும் இதனால் அவர்களுக்கு இடையில் உண்டா யிற்றா, எப்படிச் சமாதானம் ஆயிற்று, நாச்சியாரின் நடவடிக்கைகள் அதற்குப் பிறகு என்ன என்பதை எல்லாம் சுந்தரம் ஒன்றுமே

சொல்லவில்லை. அவன் சொல்லாமல் விட்டதாலேயே அதைப் பற்றிய கற்பனைகள் அப்போது எனக்கு அதிகரித்துக்கொண்டே போனதுண்டு. வாஸ்தவம்தான் கிருஷ்ணம்மாவுடன் இதுவரை நான் பேசியதே இல்லை. அவள் வீட்டைத் தாண்டித்தான் சுந்தரம் வீட்டுக்குப் போவேன். கிருஷ்ணம்மா வாசலில்தான் நிற்பாள். பார்க்கப் பார்க்க என்னென்னவோ தோன்றும். ஆனால் ஒரு வார்த்தை பேசமாட்டேன். சிரிக்கக்கூட மாட்டேன். கழுத்துக்கு மேல் முகம் கல்சிலையாகி விட்டது போலப் போய்க் கொண்டு இருப்பேன்.

சுந்தரம் அப்படியில்லை. யாருடனும் அவனால் பேசமுடியும். யாரைப் பார்த்தும் அவனால் சிரிக்க முடியும். கிருஷ்ணம்மாவைப் பார்த்து, "என்ன நடையில சும்மா நிண்ணாச்சு. சினிமாக்குப் போகலையா" என்று கேட்பான். நான் கையைப் பிடித்து இழுத்தாலும், "உங்க தோழியை எங்கே காணோம்?" என்று நாச்சியாரைப் பார்த்து விசாரிப்பான். "பூ இன்றைக்கு ரொம்ப மலிவா?" என்று கிருஷ்ணம்மாவின் தலையைப் பார்த்துச் சிரிப்பான்.

கிருஷ்ணம்மா ஒரு பசலிப் பழத்தைப் பறித்து சுந்தரத்தின் மேல் வீசப்போவது போல் விளையாட்டுக் காட்டிவிட்டு உள்ளங் கையில் வைத்து நசுக்குவாள்.

நான் அனுஷா எங்கே நிற்கிறாள் என்று திரும்பி பார்த்தேன்.

அவள் சாமியாரின் பக்கத்தில் குத்தவைத்து உட்கார்ந்து ஒரு உத்திராட்ச மாலையைக் கையில் வாங்கிப் பார்த்துக்கொண்டு இருந்தாள். என்னைப் பார்த்ததும் அதைத் தன்னுடைய கழுத்தில் போட்டுக்கொண்டு, "சேது, என்னைப் படம் எடுக்கிறீர்களா?" என்று தயவுடன் ஆங்கிலத்தில் கேட்டாள். அவளை மட்டும் சில படங்கள் எடுத்ததும், "என்னையும் சுவாமிஜியையும் எடுங்கள். சிவபார்வதி மாதிரி இருக்கட்டும்" என்று சிரித்தாள். "சிவன் உன்னிடமிருந்து தப்பிக்க இந்த ஆற்றில் குதிக்காமல் இருந்தால் எடுக்கிறேன்" என்று சொன்னதும் மேற்கொண்டு அதிகமாகச் சிரித்தாள். புகைப்படங்கள் எடுத்ததும் ருத்ராட்சத்தைக் கழற்றிக் கொடுத்துவிட்டு, "தாங்க் யூ ஜி" என்று சாமியாரின் கன்னத்தைத் தட்டிக் கொடுத்தாள். பத்து ரூபாய்த் தாளை அவருடைய திருவோட்டில் போட்டு மறுபடி நன்றி சொல்லிவிட்டு நாச்சி யாரையும் கிருஷ்ணம்மாவையும் பார்த்தாள். போய் அவர்கள் கையைப் பிடித்துக் கொண்டாள். நாச்சியாரின் ரவிக்கையற்ற கையில் பெரிய பெரிய வட்டமாக இருந்த அம்மைத் தழும்புகளை நுனிவிரலில் வட்டம் போட்டாள்.

நாச்சியாருக்குக் கூச்சமாக இருந்திருக்க வேண்டும். ஒருமாதிரி கழுத்தோடு தோளைத் தூக்கிச் சேர்த்துக்கொண்டு, "புல்லரிக்குது" என்று சிரித்தாள். அனுஷா இப்போது மேலிருந்து மணிக்கட்டு வரை நாச்சியாருக்கு முள்முள்ளாகத் தோல் சிலிர்த்துப் புள்ளி யிட்டிருப்பதைத் தடவிக் கொடுத்தாள்.

கிருஷ்ணம்மா எதுவுமே பேசாமல், பேசுவதற்கு எதுவுமே இல்லை என்பதுபோல நின்று கொண்டிருந்தாள். அனுஷா அவள்பக்கம் நகர்ந்து போய் நின்று, தன்னுடைய தோளையும் கிருஷ்ணம்மா தோளையும் கையால் அளந்து காட்டி "என்ன உயரம்" என்று வியந்தாள். கிருஷ்ணம்மா இடதுகைவிரலில் பச்சைக் கல் வைத்த வெள்ளிமோதிரம் போட்டிருந்தாள். அந்த மோதிர விரலைப் பிடித்து மோதிரத்தை உருட்டிச் சுழற்றிக் கொண்டே "நீங்க ரெண்டுபேரும் சிநேகிதிகளா" என்று கேட்டாள்.

"ஆமா. கிட்டத்தட்ட முப்பத்தைந்து நாற்பது வருஷமாக, எனக்கு இருபத்தஞ்சு வயசாக இருக்கும்போதே அவங்க ரெண்டு பேரும் இப்படித்தான். ரொம்ப க்ளோஸ்." நான் அனுஷாவிடம் சொல்லும் போது, அனுஷா அவர்கள் இருவரும் இடுப்பில் வைத்திருந்த ஈரத்துணிகளையும் பிளாஸ்டிக் வாளிகளையும் கீழே வாங்கி வைக்க முயன்றாள்.

"சேது நீங்கள் ஏன் உதவக் கூடாது" என்று என்னைக் கூப்பிட்டாள். நான் அருகில் செல்வதற்குள் நாச்சியார் தானே எல்லாவற்றையும் கீழே இறக்கி வைத்துவிட்டு கிருஷ்ணம்மா தலையில் இருந்ததை வாங்கிக் கீழே வைத்தாள். முறுக்கப் பட்டிருந்த ஒரு உள்பாவாடை மண்ணில் விழுந்தது. ஈரமான துணியில் ஆற்று மணல் ஒட்டியதை அனுஷா தட்டிவிட்டாள். அப்படித் தட்டிவிடுகையில் தன்கையில் ஒட்டின மணலைப் பார்த்து, "மினுங்குகிறது" என்றாள். சிறிது நேரம் கழித்து, "உங்கள் மூக்குத்தி போல" என்று கிருஷ்ணம்மாவிடம் சொன்னாள். கிருஷ்ணம்மா லேசாக அனுஷாவைத் தன்பக்கம் இழுத்துக் கொண்டதும், அனுஷா "உங்கள் புகைப்படக் கலைஞர் வேலை முடியவில்லை. எங்கள் மூன்று பேரையும் சில படங்கள்" என்று என்னைக் கேட்டுக் கொண்டு, அவர்களிடம், "படம் எடுத்துக்கலாம் இல்லியா" என்று தமிழில் கேட்டாள்.

இப்போது சில சாமியார்கள் எங்களை வேடிக்கை பார்ப்பது போல நின்றனர். ஒரு கனத்த நாய் தொண்டையில் சிக்கிய ரோமத்தையோ எதையோ வெளியேற்றுவது போல எக்கி எக்கி முயற்சித்துக் கொண்டிருந்தது.

134 | பெய்தலும் ஓய்தலும்

கிருஷ்ணம்மா ரவிக்கை அணிந்திருந்தாள். நாச்சியார் அணியவில்லை. தட்டுச் சுற்றாகக் கட்டியிருந்தாள். அப்படியே புகைப்படம் எடுப்பதில் அவளுக்குத் தயக்கம் இருந்தது. வேண்டாம் என்றாள். அனுஷா எவ்விதத் தயக்கமும் இன்றி மிகவும் வெளிப்படையாக நாச்சியாரைப் பார்த்து "எங்கள் இருவரையும் விட உங்களுக்குத்தான் எல்லாம் அளந்து வைத்தது போல இருக்கின்றன" என்றபோது கிருஷ்ணம்மா கண்ணடிப்பதைப் பார்க்க முடிந்தது.

"சும்மா இப்படியே எடுப்போம் நாச்சி" என்று கிருஷ்ணம்மாள் நாச்சியாருடைய சுற்றுக்கட்டையே பார்த்துக்கொண்டு சொன்னாள்.

கோவில் முகப்பில் இருக்கிற யானைத் தலைகளுக்கு நடுவில் ஒன்றும், படித்துறையில் அமர்ந்தபடி ஒன்றும், ஆறு வளைந்து திரும்புகிற இடம் தெரிவது போல மணல்மேட்டில் நின்றபடி ஒன்றும் எடுத்ததும் நாச்சியார் "போதும்" என்றாள். கிருஷ்ணம்மாவுக்கு மேலும் சில புகைப்படங்கள் எடுத்துக் கொள்வதில் விருப்பம் இருந்தது போல அவள் ஒன்றும் சொல்ல வில்லை.

அவளிடம் நாச்சியார் போய் ஏதோ சொன்னாள். நானும் அனுஷாவும் நிற்கிற இடத்தில் இருந்து கிருஷ்ணம்மாவைச் சற்று தூரத்துக்கு நகர்த்திக் கொண்டுபோய் எதையோ பேசினாள்.

"இதிலே என்ன இருக்கு. நீயே கேளு" என்று கிருஷ்ணம்மா நாச்சியாரைப் பிடித்துக் கொண்டு, கிட்டத்தட்ட இழுத்து வருகிற மாதிரி வந்தாள். ஒரு புதுப்பெண் போன்ற வெட்கம் நாச்சியாரிடம் இருந்தது. அவள் அழகாக இருந்தாள்.

"உங்க கிட்டேதான் இவள் ஏதோ கேட்கணுமாம்" கிருஷ்ணம்மா என்னிடம் சொன்னாள்.

நான் நாச்சியாரைப் பார்த்தேன். நாச்சியார் ஒன்றும் கேட்க வில்லை.

"சுந்தரத்து அய்யாவைப் பற்றியாம்" – கிருஷ்ணம்மாதான் என்னைப் பார்த்தாள்.

"சுந்தரத்துக்கு என்ன?" நான் நாச்சியாரைக் கேட்டேன்.

"அவங்க நல்லா இருக்காங்களா?" என் முகத்தைப் பாராமல் கேட்டுவிட்டு, "இப்போ மெட்ராஸிலதானே" என்று கொஞ்சம் நிமிர்ந்தாள்.

"ஆமா. அங்கதான் இருக்கான். ஜோரா இருக்கான். ரிட்டயர்ட் ஆயாச்சு" – நாச்சியாரைப் பார்த்துச் சொல்கையில், அவளுடைய

நரையெல்லாம் கருப்பாகி, எல்லா பற்களுடனும் சிரிப்பது போல இருந்தது. கருப்புப் புள்ளிகள் இட்ட வெள்ளை ரவிக்கையை அவள் அணிந்திருப்பது போலக்கூட.

"கிட்டே முட்டே அவங்களைப் பாத்தீங்களா" – சுந்தரத்தைப் பார்க்க விரும்புகிற குரல் நாச்சியாரிடம் இருந்தது.

"போன மாசம் கூடப் பார்த்தேன். அவன் வீட்டிலதான் நாலு நாள் தங்கியிருந்தேன்."

"அடுத்த தடவை பார்த்தால் நான் கேட்டதாகச் சொல்லுங்க." நாச்சியார் உதட்டை மடக்கிக் கடித்துக் கொண்டாள். கண் கலங்கியது. கிருஷ்ணம்மா வந்து அவள் கைகளை எடுத்துத் தன் கைகளுக்குள் வைத்துக் கொண்டாள்.

என் பக்கத்தில் அனுஷா வந்தாள். நாச்சியாரின் முகம் வேறு மாதிரி ஆகிவிட்டது என்பது அவளுக்குத் தெரியாதா என்ன?

"என்ன ஆயிற்று சேது?"

சுந்தரத்தைப் பற்றி நாச்சியார் என்னிடம் விசாரிக்கிறதை அவளிடம் சொன்னேன்.

"சுந்தரம் யார் சேது?"

"என் சிநேகிதன். பால்ய கால சிநேகிதன்."

"நாச்சியாருக்கு என்ன வேண்டும் அவன்?" அனுஷா கேட்டதும்

"அவளுக்கும் சிநேகிதன்" என்று உடனடியாகச் சொன்னேன்.

"எவ்வளவு அருமையான சிநேகிதி!" அனுஷா நாச்சியார் பக்கம் போகும்போது கிருஷ்ணம்மா தன்னுடைய கண்களைத் துடைத்துக் கொண்டு இருந்தாள்.

உயிரெழுத்து, 2008